AF658902

ഗ്രീൻ ബുക്സ്

എന്റെ രക്തബന്ധങ്ങൾ

ഫാ. ഡോ. ഫ്രാൻസിസ് ആലപ്പാട്ട്

എ.കെ. ആന്റണിയുടെയും റോസിയുടെയും മകൻ.
സഹോദരങ്ങൾ: ജോൺസൺ, മേരി.
തൃശ്ശൂർ സേക്രഡ് ഹാർട്ട്, മോഡൽ ബോയ്സ് ഹൈസ്കൂൾ,
സെന്റ് തോമസ് കോളേജ് എന്നിവിടങ്ങളിൽ പഠനം.
കോഴിക്കോട് മെഡിക്കൽ കോളേജിൽനിന്ന്
എം.ബി.ബി.എസ് ബിരുദം.
കോഴിക്കോട് ജെസ്യൂട്ട് ട്രെയിനിംഗ് കോളേജ്,
അഡയാർ സേക്രഡ് ഹാർട്ട് കോളേജ്, ആലുവ
മംഗലപ്പുഴ സെന്റ് ജോസഫ് പൊന്തിഫിക്കൽ
ഇൻസ്റ്റിറ്റ്യൂട്ട് എന്നിവിടങ്ങളിൽ നിന്ന്
തത്ത്വശാസ്ത്ര-ദൈവശാസ്ത്ര ബിരുദങ്ങളും.
1995ൽ വൈദികാഭിഷേകത്തിനു ശേഷം പാവറട്ടി,
ഇരവിമംഗലം, കണ്ണംകുളങ്ങര, വിജയപുരം (ചേറൂർ),
കൊളങ്ങാട്ടുകര, നെഹ്റു നഗർ എന്നിവിടങ്ങളിൽ ശുശ്രൂഷ.
മാനസിക ആരോഗ്യ ആസ്പത്രിക്കു വേണ്ടി കേരള
ഹൈക്കോടതി നിയമിച്ച മോണിറ്ററിംഗ് കമ്മിറ്റിയിലും
തൃശ്ശൂർ ജില്ലാ ആശുപത്രി, തൃശ്ശൂർ മെഡിക്കൽ കോളേജ്,
കൊരട്ടി ഗവ. ലെപ്രസി ഇൻസ്റ്റിറ്റ്യൂട്ട് എന്നിവയുടെ
ഉപദേശക സമിതിയിലും അംഗമായിരുന്നു.
കേരള ബ്ലഡ് ഡോണേഴ്സ് ഫോറത്തിന്റെ (1979) സ്ഥാപകൻ.
'പൂവിതൾ പൊഴിയുമ്പോൾ' എന്ന രക്തദാന
ഡോക്യുമെന്ററിയുടെയും ടി.ജി. രവി നായകനായി
അഭിനയിച്ച 'ഓർമ്മകൾക്കപ്പുറം' എന്ന
ഷോർട്ട് ഫിലിമിന്റെയും സംവിധാനം നിർവ്വഹിച്ചിട്ടുണ്ട്.

ജൂബിലി മിഷൻ മെഡിക്കൽ കോളേജ്, ജൂബിലി മിഷൻ കോളേജ് ഓഫ് നേഴ്സിംഗ്, ജൂബിലി മിഷൻ പാരാമെഡിക്കൽ ഇൻസ്റ്റിറ്റ്യൂട്ട്, തൃശ്ശൂർ ഇൻസ്റ്റിറ്റ്യൂട്ട് ഓഫ് മെന്റൽ ഹെൽത്ത് സയൻസസ്
(TIMHANS) എന്നിവയുടെ സ്ഥാപക ഡയറക്ടറുമാണ്.
തൃശൂർ അതിരൂപത വികാരി ജനറൽ, ജൂബിലി മിഷൻ മെഡിക്കൽ കോളേജ് പ്രസിഡന്റ്, സാന്ത്വനം ചെയർമാൻ, സത്സംഗ് രക്ഷാധികാരി എന്നീ നിലകളിൽ പ്രവർത്തിച്ചിട്ടുണ്ട്.
തൃശ്ശൂർ അതിരൂപതയുടെ തീരദേശ ആരോഗ്യമിഷൻ കേന്ദ്രമായ ഏങ്ങണ്ടിയൂർ മേരി ഇമ്മാക്കുലേറ്റ് (എം.ഐ. മിഷൻ) ഹോസ്പിറ്റലിന്റെ ഡയറക്ടറും ഇന്ത്യൻ റെഡ് ക്രോസ് സൊസൈറ്റിയുടെ ചെയർമാനുമായിരുന്നു.
കൃതികൾ: വിവാഹവേദിയിലേക്ക്, ഇലഞ്ഞിപ്പൂമണമൊഴുകിവരുന്നു, ദൈവവചനം-ധ്യാനിക്കാനും ജീവിക്കാനും, സുഭാഷിതങ്ങൾ ചിന്താദളങ്ങൾ, നോമ്പുകാല ചിന്തകൾ, കന്തൻചാവടി, ആറ്റുവഞ്ചി(ഞ്ഞി), രാഘവാ കൃഷ്ണാ, അനഘ, അവൾക്കൊപ്പം, ഒരു വ്രണിതമാനസൻ, ഞാൻ എന്ന ഞാൻ (സാമൂഹികവിശകലനം) മാഞ്ചിറപ്പാലം (സേവന മേഖലാചരിത്രം), രേണു രാജസ്ഥാനി (നോവൽ), Kenosis - The Story of a Bleeding Heart, Blood is Thicker Than Water, The Unfathomable (Biography).

മേൽവിലാസം: 'അമ്മവീട്',
ബെന്നറ്റ് റോഡ്, തൃശൂർ-680 020.
ഫോൺ: 9847148509

വൈജ്ഞാനികം

എന്റെ രക്തബന്ധങ്ങൾ

രക്തദാനപ്രസ്ഥാന രൂപികരണം
അറിവുകളും ബന്ധങ്ങളും

ഫാ. ഡോ. ഫ്രാൻസിസ് ആലപ്പാട്ട്

ഗ്രീൻ ബുക്സ്

green books private limited
gb building, civil lane road, ayyanthole,
thrissur- 680 003, kerala, ph: +91 487-2381066, 2381039
website: www.greenbooksindia.com
e-mail: info@greenbooksindia.com

branches:
thrissur 0487-2422515
thiruvananthapuram 0471-2335301
calicut 0495 4854662

malayalam
ente rakthabandhangal
general knowledge
by
fr. dr. francis alappat

published september 2023

cover design : joshy vincent

printed in india
manipal technologies ltd

isbn : 978-81-19486-53-3

₹ 120.00
GBPL/1314/2023

സമർപ്പണം

എല്ലാ രക്തദാതാക്കൾക്കും

ഉള്ളടക്കം

ആമുഖം

1978 ജനുവരി 26ന് കേരള ബ്ലഡ് ഡോണേഴ്സ് ഫോറം രൂപീകരിക്കപ്പെട്ടു എന്നതിനേക്കാൾ കേരള ജനതയെ അത്ഭുതപ്പെടുത്തിയത് 2015ൽ സംഘടനയുടെ ഔപചാരികപ്രവർത്തനങ്ങൾ അവസാനിപ്പിച്ചുവെന്നതായിരുന്നു. ഇതിന്റെ കാരണമാണ് ശ്രദ്ധേയം. രക്തദാനപ്രചാരകരുടെ അക്ഷീണമായ പ്രവർത്തനഫലമായി രക്തദാനമെന്ന നിശ്ശബ്ദ സ്നേഹവിപ്ലവത്തിന്റെ ചൈതന്യം ജനങ്ങൾ ഹൃദയത്തിൽ ഏറ്റെടുത്തുകഴിഞ്ഞുവെന്ന് പ്രാരംഭ പ്രവർത്തകരായ ഞങ്ങൾക്ക് ബോധ്യമായതിനാൽ ഭാരവാഹികളുള്ള ഒരു സംഘടന ഇതിനുവേണ്ടി നിലനിർത്തേണ്ടതില്ലെന്ന ഒരു തീരുമാനത്തിലെത്തുകയായിരുന്നു. മനുഷ്യമനസ്സുകളിൽനിന്ന് മാഞ്ഞുപോകാത്തവിധം പ്രസ്ഥാനത്തിന്റെ വേരുകൾ സമൂഹമണ്ണിൽ നിലയുറപ്പിച്ചു കഴിഞ്ഞു.

1979ൽ പ്രവർത്തനമാരംഭിച്ചപ്പോൾ മനസ്സിൽ നിരവധി ഉൽക്കണ്ഠകളായിരുന്നു - പ്രതികരണം എങ്ങനെയായിരിക്കും, ആയുധശക്തിവരെയുള്ള രക്തവില്പനക്കാരെ നേരിടാനാകുമോ, പൊതുജന പിന്തുണ ലഭിക്കുമോ എന്നീ ചിന്തകളായിരുന്നു മനസ്സിനെ അലട്ടിയിരുന്നത്. പ്രാരംഭദശയിൽ അനുയോജ്യഗ്രൂപ്പിൽപെട്ട രക്തം ലഭിക്കാത്തതുമൂലം നിരവധി മരണങ്ങളുമുണ്ടായിരുന്നു. ഇന്നത്തേതുപോലെ ബ്ലഡ് ബാങ്ക് സംവിധാനങ്ങൾ കുറ്റമറ്റതല്ലാതിരുന്നതും കാര്യങ്ങൾ സങ്കീർണ്ണമാക്കിയിരുന്നു. രക്തം ദാനം ചെയ്താൽ മരിക്കും എന്നുവരെ ചിന്തിച്ചുറപ്പിച്ചിരുന്ന ഒരു സമൂഹം ഇവിടെ നിലനിന്നിരുന്നുവെന്ന്

ഇന്നത്തെ തലമുറയ്ക്ക് വിശ്വസിക്കാൻ ആകുമോ? അങ്ങനെയൊക്കെയായിരുന്നു കാര്യങ്ങൾ.

കോഴിക്കോടിന് വടക്ക് സംസ്കാരസമ്പന്നമായ ഒരു ചെറുനഗരത്തിൽ രക്തദാന ബോധവൽക്കരണം നൽകാനെത്തിയപ്പോൾ മൈക്ക് ഓപ്പറേറ്ററും സംഘാടകരിൽ ഒരാളും മാത്രമേ സദസ്സിലുണ്ടായിരുന്നുള്ളൂ. എങ്കിലും ഞാൻ അരമണിക്കൂർ മൈക്കിലൂടെ രക്തദാനസന്ദേശം നൽകി. സമീപത്തുള്ള കടകളിലേയും വീടുകളിലേയും ആളുകളെങ്കിലും സന്ദേശം കേൾക്കട്ടെ എന്ന വീറും വാശിയോടെയുമാണ് ഞാൻ സംസാരിച്ചത്. അത് പാഴ്വേലയായില്ലെന്ന് അവിടെ ഒരു വർഷത്തിനുശേഷം രണ്ട് വായനശാലകളുടെ നേതൃത്വത്തിൽ രണ്ട് ബ്ലഡ് ഡോണേഴ്സ് ഫോറം യൂണിറ്റുകൾ ആരംഭിച്ചപ്പോൾ മനസ്സിലായി. പ്രചാരണത്തിന് ലഭിക്കാൻ സാധ്യതയുള്ള എല്ലാ വേദികളും ഞങ്ങളുടെ പ്രവർത്തകർ പ്രയോജനപ്പെടുത്തി. പിന്നീട് വിദ്യാഭ്യാസമന്ത്രിയായിരുന്ന ടി.എം. ജേക്കബ്ബ് എസ്.എസ്.എൽ.സി. പുസ്തകത്തിൽ രക്തഗ്രൂപ്പ് ഉൾപ്പെടുത്തിയത് പ്രസ്ഥാനത്തിന് വലിയ പ്രോത്സാഹനമായി.

അപ്പോഴേക്കും സാമൂഹിക-രാഷ്ട്രീയ-വിദ്യാഭ്യാസ മേഖലയിലുള്ളവർ പിന്തുണയുമായി എത്തിക്കഴിഞ്ഞിരുന്നു. എല്ലാ മാധ്യമങ്ങളും തത്സംബന്ധമായ സ്റ്റോറികൾ വലിയ പ്രാധാന്യത്തോടെ പ്രസിദ്ധീകരിക്കാൻ തുടങ്ങി. രക്തദാനം ചെയ്യുന്നതിനു മുമ്പ് രോഗാണുവിമുക്തമാണെന്ന സാക്ഷ്യപത്രം ബഹു. സുപ്രീംകോടതി നിയമമാക്കിയതോടെ രക്തവില്പനക്കാർ അപ്രത്യക്ഷരായി. തിരിഞ്ഞുനോക്കുമ്പോൾ അനുകൂലവും പ്രതികൂലവുമായ എത്രയോ സംഭവങ്ങൾ ഓർമ്മയിൽ തെളിയുന്നു.

ബ്ലഡ് ഡോണേഴ്സ് ഫോറം പ്രാരംഭ പ്രവർത്തകർ മിക്കവാറും എഴുപതുകളുടെ ആരംഭത്തിലാണ്. ഇളംതലമുറ സംഘടനയെക്കുറിച്ച് മനസ്സിലാക്കണമെന്നും മനുഷ്യത്വത്തിന്റേയും കാരുണ്യത്തിന്റേയും ഈ സൽക്കർമ്മത്തിൽ ആവേശപൂർവ്വം അണിചേരണമെന്നുള്ള അനുസ്മരണമാണ് ഈ ചെറിയ പുസ്തകം.

സമൂഹത്തിന് മുമ്പിൽ ഇത് സമർപ്പിക്കുമ്പോൾ എല്ലാ പ്രാരംഭപ്രവർത്തകരേയും നന്ദിയോടെ ഓർക്കുന്നു. രക്ത

ദാനമെന്ന സ്നേഹക്കൂട്ടായ്മ എന്നും നിലനിൽക്കട്ടെ. രചനയിൽ സഹായിച്ച ബി.വി. ആൽബിക്ക് നന്ദി.

സംസ്ഥാനത്തെ രക്തദാനചരിത്രം ഒരു കാലഘട്ടത്തിന്റെ ചരിത്രംകൂടിയാകയാൽ പ്രസിദ്ധീകരണത്തിന് പ്രോത്സാഹനം നൽകിയ പ്രശസ്തമായ ഗ്രീൻബുക്സിനോടുള്ള നന്ദികൂടി രേഖപ്പെടുത്തുന്നു. ആരോഗ്യകേരള ചരിത്രത്തിന്റെ ഒരു എളിയ പതിപ്പായി ഇത് ഭവിക്കട്ടെ.

ഫാ. ഡോ. ഫ്രാൻസിസ് ആലപ്പാട്ട്,

സ്ഥാപക സെക്രട്ടറി,

കേരള ബ്ലഡ് ഡോണേഴ്സ് ഫോറം.

(ഗ്രന്ഥകാരൻ കോഴിക്കോട് മെഡിക്കൽ കോളേജിലെ 20-ാം ബാച്ച് വിദ്യാർത്ഥിയാണ്.)

'രക്തബന്ധങ്ങൾ' പണിതുയർത്തി എന്റെ ജീവിതം

1978. എന്റെ വൈദ്യശാസ്ത്ര പഠനകാലം.

കോഴിക്കോട് സർക്കാർ മെഡിക്കൽ കോളജിനു പുറത്തെ തെരുവ്. മറുവശത്ത് ദേവഗിരി കോളജ് ക്യാമ്പസ്. വൈകീട്ട് ക്ലാസും കായികവിനോദങ്ങളും കഴിഞ്ഞ് പുറത്തേക്കിറങ്ങിയതാണ് ഞാനുൾപ്പെടെ ചില വിദ്യാർത്ഥികൾ. തെരുവിൽ ഏതാനും ചെറിയ ചായക്കടകളുണ്ട്. പാവപ്പെട്ട രോഗികൾക്കും പോക്കറ്റ് മണി കുറവുള്ള വിദ്യാർത്ഥികൾക്കും ചെറിയ ചില്ലറത്തുട്ടുകൾ കൊടുത്താൽ ചായ കിട്ടും. ചില്ലലമാരയിൽ ഇരുന്ന് പലതരം നാലുമണിപ്പലഹാരങ്ങൾ ഞങ്ങളെ നോക്കി കൊതിപ്പിക്കുന്നുണ്ട്. പക്ഷേ, അതിലൊരെണ്ണംപോലും വാങ്ങാൻ കാശുണ്ടാവില്ല.

ഒരോ ചായയും കുടിച്ച് ലോകകാര്യങ്ങൾ പറഞ്ഞ് ഒരു കടയ്ക്കു മുന്നിൽ നിൽക്കുകയായിരുന്നു ഞങ്ങൾ. അന്നവിടെ ഇന്നത്തെപ്പോലെ വലിയ ജനത്തിരക്കോ വാഹനഗതാഗതമോ ഒന്നും ഉണ്ടായിരുന്നില്ല. രോഗികളുടെ കൂട്ടിരിപ്പുകാരും മെഡിക്കൽ കോളജ്, ദേവഗിരി കോളജ്, ദന്തൽ കോളജ് വിദ്യാർഥികളായ കുറച്ചുപേരും മാത്രമുള്ള ചെറിയൊരു കവല.

വല്ലപ്പോഴും വരുന്ന മുക്കം, വയനാട് സ്വകാര്യ ബസ്സു മാത്രം. ഇടയ്ക്കൊക്കെ മെഡിക്കൽ കോളജ് ബസ്സു വന്ന് ആളെ കയറ്റിയിറക്കി കവല ചുറ്റി മടങ്ങും.

ഏതാണ്ട് സമയം സന്ധ്യയായിരുന്നു. കാര്യമായ ആളനക്കമില്ല. പെട്ടെന്നാണ് ഒരു കലപില ശബ്ദം കേട്ടത്. തിരിഞ്ഞു നോക്കിയപ്പോൾ കണ്ടത് മെഡിക്കൽ കോളജ് ആശുപത്രിയുടെ പടിക്കൽ നിന്ന് ഒരു മധ്യവയസ്ക കുറച്ച് ചെറുപ്പക്കാരുമായി തർക്കിക്കുകയാണ്. അവരുടെ സംഭാഷണത്തിനു കാതോർക്കവേ, പെട്ടെന്ന്

ആ സ്ത്രീ ചെയ്ത പ്രവൃത്തി കണ്ട് ഞാൻ ഞെട്ടിപ്പോയി: കഴുത്തിലെ ചരടിൽ കോർത്തിട്ടിരുന്ന കുഞ്ഞു താലി വലിച്ചുപൊട്ടിച്ച് ആ ചെറുപ്പക്കാരുടെ നേർക്ക് എറിയുന്നു!

താലിയുടെ മഹത്വത്തെക്കുറിച്ച് അമ്മയും അമ്മൂമ്മയും പറയുന്നത് ഞാൻ കേട്ടിട്ടുണ്ട്. പവിത്രമായ വിവാഹബന്ധത്തിന്റെ അടയാളമായ താലി ഒരു സ്ത്രീക്ക് എത്രമാത്രം വിലപ്പെട്ടതാണെന്ന് ഞാൻ മനസ്സിലാക്കിയിട്ടുണ്ട്. ആ സ്വർണാഭരണത്തിന്റെ വലിപ്പത്തിലോ രൂപത്തിലോ അല്ല കാര്യം, അതു പ്രതിനിധാനം ചെയ്യുന്ന ബന്ധത്തിന്റെ മഹത്വത്തിലാണ്. അതൊരുപക്ഷേ കുരിശാകാം, ആലിലരൂപത്തിലുള്ള ഓംകാരവുമാകാം. എന്തായാലും ഒരു വിവാഹിതയുടെ ജീവിതത്തിലെ അഭേദ്യമായൊരു ഘടകമാണത്. ആ സ്ത്രീ അത് പൊട്ടിച്ചെറിയണമെങ്കിൽ തക്കതായ ഒരു കാരണം ഉണ്ടായേ തീരൂ.

കശപിശ കേട്ടപ്പോൾത്തന്നെ ഞാൻ അവരെ ശ്രദ്ധിച്ചിരുന്നു. മെലിഞ്ഞ്, ശരീരത്തിലും വസ്ത്രത്തിലും ദാരിദ്ര്യത്തിന്റെ അടയാളങ്ങൾ ഉള്ള ഒരു സ്ത്രീ. പക്ഷേ, ഈറ്റപ്പുലിയുടെ തീവ്രതയോടെയാണ് സംസാരം. ചെറുപ്പക്കാർ പക്ഷേ, വഴങ്ങുന്നതായി കാഴ്ചയിൽ തോന്നിയില്ല. ഏതായാലും ഗുരുതരമായ ഏതോ പ്രശ്നമാണെന്നു മാത്രം മനസ്സിലായി. ഞാനിങ്ങനെ ചിന്തിച്ചുകൊണ്ട് നിൽക്കുമ്പോൾ ആ സ്ത്രീ താലിച്ചരടു പൊട്ടിച്ചെറിഞ്ഞശേഷം ആശുപത്രിയുടെ കവാടം കടന്ന് ധൃതിയിൽ അകത്തേക്ക് നടന്നു. എനിക്കു പെട്ടെന്ന് അവരെ അനുഗമിക്കണമെന്നും അവരുടെ ആ പ്രവൃത്തിക്കു പിന്നിലെ ചേതോവികാരം മനസ്സിലാക്കണമെന്നും തോന്നി. സമയം കളയാതെ ഞാനും കൂടെ രണ്ടുമൂന്നു കൂട്ടുകാരും അവരുടെ പിന്നാലെ ആശുപത്രിയിലേക്കു നടന്നു.

ശസ്ത്രക്രിയാനന്തര വാർഡിലേക്കാണ് അവർ കയറിപ്പോയത്. അവിടെ ഒരു കട്ടിലിൽ അവശനായി മയക്കം പൂർണമായും വിട്ടുണരാതെ ഒരു മനുഷ്യൻ കിടക്കുന്നു. ഞാൻ അടുത്തുചെന്ന് മെഡിക്കൽ വിദ്യാർത്ഥിയാണെന്ന് പരിചയപ്പെടുത്തിയിട്ട് കാര്യം തിരക്കി. അതുവരെ രോഷാകുലയായി തർക്കിച്ചിരുന്ന അവരുടെ ഭാവം മാറി, കണ്ണുകൾ നിറഞ്ഞ് ഒഴുകാൻ തുടങ്ങി. തെല്ലിട കഴിഞ്ഞപ്പോൾ സംയമനം വീണ്ടെടുത്ത് തങ്ങൾ അവിടെയെത്തിയ കഥ പറഞ്ഞു.

അവിടെ കിടക്കുന്ന രോഗി അവരുടെ ഭർത്താവാണ്. അദ്ദേഹത്തിന്റെ വലതു കൈത്തണ്ടയിലേക്ക് ഒരു കുപ്പിയിൽ നിന്ന് രക്തം കയറ്റുന്നുണ്ട്. അപ്പോഴേക്കും എന്റെ കൂടെ വന്ന സുഹൃത്തുക്കൾ ഹോസ്റ്റലിലേക്ക് പോയി.

കേൾക്കുന്ന ആരുടെയും കരളലിയിക്കുന്നതായിരുന്നു ആ സ്ത്രീ പറഞ്ഞ കദനകഥ. വയനാട്ടിലുള്ള കാക്കവയൽ ഗ്രാമത്തിലെ മരം വെട്ടുകാരനാണ് അയാൾ. നിർധന കുടുംബം, പോരാത്തതിന് രോഗിയും. ഇടയ്ക്കിടെ വയറുവേദന വരാറുണ്ട്. ഉദരപ്പുണ്ണ് അഥവാ കുടലിലെ വ്രണങ്ങളാണ് വില്ലൻ.

പക്ഷേ, രോഗിയാണെന്നും പറഞ്ഞ് വീട്ടിലിരുന്നാൽ കുടുംബം പുലരില്ലല്ലോ! പോരാത്തതിന് വേലയും കൂലിയും കുറവുള്ള കാലവും. അതിനാൽ, ഒരുവിധം സുഖമുള്ളപ്പോഴൊക്കെ ജോലിക്കു പോകും. ഒരു ദിവസം മരത്തിനു മുകളിൽ കയറി ശിഖരങ്ങൾ വെട്ടിക്കൊണ്ടിരിക്കവേയാണ് കലശലായ വയറുവേദന തുടങ്ങിയത്. ഒരു വിധത്തിൽ നിലത്തിറങ്ങിയപ്പോഴെക്കും ആൾ തീരെ അവശനായിരുന്നു. മറ്റു പണിക്കാരെല്ലാംകൂടി അദ്ദേഹത്തെ കൽപ്പറ്റ ജില്ലാ ആശുപത്രിയിലെത്തിച്ചു. വ്രണങ്ങളിൽനിന്ന് രക്തവാർച്ച രൂക്ഷമായിരിക്കുന്നു. അടിയന്തിരശസ്ത്രക്രിയ വേണം. പക്ഷേ, നിർഭാഗ്യമെന്നു പറയട്ടെ, അന്ന് അവിടത്തെ സർജനോ ലീവും. മനസ്സാക്ഷി മരവിച്ചിട്ടില്ലാത്ത ചില സുമനസ്സുകളുടെ ശ്രമംകൊണ്ട് കുറച്ചു പണം സ്വരൂപിച്ച് ഒരു ടാക്സിക്കാറിൽ രോഗിയെ ചുരംതാണ്ടി കോഴിക്കോട് മെഡിക്കൽ കോളജിൽ എത്തിച്ചു.

കാഷ്വാലിറ്റിയിൽ നിന്ന് നേരെ ശസ്ത്രക്രിയാമുറിയിലേക്ക് മാറ്റിയ രോഗിക്ക് അടിയന്തിരമായി രണ്ട് കുപ്പി രക്തം വേണമെന്ന് സർജൻ പറഞ്ഞു. ഒ പോസിറ്റീവ് ആണ് രക്തഗ്രൂപ്പ്.

പരിചയമില്ലാത്ത നാട്ടിൽ ജീവരക്തം എവിടെനിന്നു സംഘടിപ്പിക്കും എന്നറിയാതെ പരിഭ്രമിച്ചു നിന്ന ഭാര്യയുടെ സമീപത്തേക്ക് കുറച്ചു ചെറുപ്പക്കാർ വന്നു പറഞ്ഞു.

“രക്തം സംഘടിപ്പിക്കാം, പക്ഷേ, അഞ്ഞുറൂ രൂപ വേണം.” അവർ ഡിമാന്റ് വച്ചു.

ആ സ്ത്രീക്ക് സങ്കൽപ്പിക്കാൻ പോലും സാധിക്കാത്തതായിരുന്നു ആ തുക. ഇന്നത്തെ ഒരു ഇരുപതിനായിരം രൂപ എന്ന് സങ്കൽപ്പിക്കുക. രോഗിയായ ഒരു കൂലിപ്പണിക്കാരന്റെ ഭാര്യയ്ക്ക് താങ്ങാനാകാത്ത സംഖ്യ. അവർ വില പേശി നോക്കി. അപ്പോഴേക്കും ആശുപത്രിയിലെ ചില സിൽബന്ധികളും അടുത്തുകൂടി വില പേശൽ 400 രൂപയിൽ ഉറപ്പിച്ചു. ആ സ്ത്രീ തന്റെ കൈവശം ഉണ്ടായിരുന്ന 25 രൂപ അതേപടി അവർക്ക് നൽകി. ചോര തരുമ്പോൾ ബാക്കിയും കിട്ടണമെന്ന് ഭീഷണിയുടെ സ്വരത്തിൽ പറഞ്ഞിട്ടാണ് അവർ പോയത്.

കോഴിക്കോട് ഗവ. മെഡിക്കൽ കോളേജ് മന്ദിരം

അക്കാലത്ത് കേരളത്തിലെ ഒട്ടുമിക്ക ആശുപത്രികളിലേയും അത്യാഹിത-ശസ്ത്രക്രിയാവിഭാഗങ്ങളെ നിയന്ത്രിച്ചിരുന്ന 'രക്തവിൽപ്പന സംഘ'ത്തിലെ ചിലരാണതെന്ന് അപ്പോൾ ആ സ്ത്രീ അറിഞ്ഞിരുന്നില്ല. ചുരുക്കം ചില ആശുപത്രി ജീവനക്കാരും ഈ കൊള്ളക്കാർക്ക് ഒത്താശ ചെയ്തിരുന്നു എന്നതാണ് മറ്റൊരു കാര്യം. അവർ തനിനിറം പുറത്തെടുത്തപ്പോൾ ഉണ്ടായ സംഘർഷമാണ് തെല്ലു മുൻപ് ആശുപത്രിക്കു വെളിയിൽ ഞാൻ കണ്ടത്. ഈ സംഭവം എന്നെ ആകെ പിടിച്ചുലച്ചു.

കേവലം ഒരു ആരോഗ്യപ്രശ്നമോ കച്ചവടഗുണ്ടായിസമോ ആയിട്ടല്ല ഞാനതിനെ കണ്ടത്. നന്നേ ബാല്യംമുതൽ എന്റെ ഹൃദയാന്തർഭാഗത്ത് ഒരു കെടാക്കനൽപോലെ ജ്വലിച്ചിരുന്ന, ക്രിസ്തുവിന്റെ ആത്മബലിയിൽ പൗരോഹിത്യത്തിലൂടെ പങ്കുചേരുക എന്ന സ്വപ്നത്തിന്റെ പ്രകാശം ചില ഉൾക്കാഴ്ചകൾ നൽകിയിരുന്നു. പൗരോഹിത്യം എന്ന മഹനീയ സ്വപ്നത്തിലേക്കുള്ള തടസ്സങ്ങൾ മാറുന്നതുവരെ വിദ്യാർത്ഥിക്കുപ്പായം അണിയുക എന്ന സൂത്രത്തിന്റെ ഭാഗമായിരുന്നു എന്റെ എം.എസ്‌സി, എം.ബി.ബി.എസ് പഠനങ്ങൾ എന്ന് എനിക്കു മാത്രമല്ലേ അറിയൂ!

ഏതായാലും കനത്ത ഹൃദയഭാരത്തോടെയാണ് ഞാൻ ആ രോഗിയുടെ അടുത്തുനിന്നും മടങ്ങിയത്. പോയി കുളിച്ച് അത്താഴത്തിന് മെസ്സ് ഹാളിൽ എത്തിയപ്പോഴും ഈ സംഭവം എന്നെ മഥിച്ചിരുന്നു. മാത്രമല്ല, ചില ഭാവിപദ്ധതികൾ എന്റെ മനസ്സിൽ സുവ്യക്ത

രൂപം പ്രാപിച്ചിരുന്നു. ഭക്ഷണം കഴിഞ്ഞുള്ള വർത്തമാനത്തിനിടെ ഞാൻ ഈ വിഷയം എടുത്തിട്ടു.

ആദ്യം ചെറിയ ഒരു സംഘത്തോടും പിന്നെ, മെസ്സ് ഹാളിലുള്ള വരോട് മൊത്തത്തിലുമായി എന്റെ സംസാരം. അവിടത്തെ മിക്ക വിദ്യാർത്ഥികളേക്കാൾ പ്രായക്കൂടുതൽ ഉണ്ടായിരുന്നതിനാലാകാം അവരെന്റെ ചെറിയ പ്രഭാഷണത്തിന് കാതോർത്തത്. മാത്രമല്ല, മനുഷ്യത്വമുള്ള ആരുടെയും ഹൃദയത്തെ മഥിക്കുന്നതായിരുന്നല്ലോ അന്നു സായാഹ്നത്തിലെ ആ സംഭവം!

ഏതായാലും മെഡിക്കൽ കോളജ് ആശുപത്രിയിൽ ഏതെങ്കിലും രോഗിക്ക് രക്തം ആവശ്യമായി വന്നാൽ അതു നൽകാമെന്ന് മെസ്സ് ഹാളിലുണ്ടായിരുന്ന എല്ലാവരും കൂട്ടമായി തീരുമാനമെടുത്തു.

പിറ്റേന്ന് രാവിലെ ഞങ്ങൾ നേരേ പോയത് ആശുപത്രിയിലെ രക്തബാങ്കിന്റെ ചുമതലയുണ്ടായിരുന്ന ഡോ. പി.എം.എസ്. കരീം സാറിന്റെ അടുത്തേക്കാണ്. വൈദ്യശാസ്ത്രപഠനത്തിന്റെ തുടക്ക ത്തിൽത്തന്നെ ഫിസിയോളജി പ്രാക്ടിക്കൽ നടത്തുമ്പോൾ ഞങ്ങ ളെല്ലാം സ്വന്തം രക്തഗ്രൂപ്പ് നിർണയിച്ചിരുന്നു. എന്റെ ഗ്രൂപ്പ് എ ബി പോസിറ്റീവ് ആണ്. ഞങ്ങൾ കരീം സാറിനോട് കാര്യങ്ങളെല്ലാം പറഞ്ഞു. അദ്ദേഹമാണ് രക്തവിൽപ്പന മാഫിയയുടെ കറുത്ത കരങ്ങളെക്കുറിച്ച് ഞങ്ങളോട് വിശദീകരിച്ചത്. ശസ്ത്രക്രിയാവി ഭാഗത്തെ ശരിക്കും നയിക്കുന്നത് അവരായിരുന്നു. ഇതെല്ലാം ഞങ്ങൾക്ക് പുതിയ അറിവായിരുന്നു.

“രക്തം ദാനം ചെയ്യാനുള്ള നിങ്ങളുടെ സന്നദ്ധത വലിയൊരു കാര്യമാണ്.” ഡോ. കരീം പറഞ്ഞു. “പാവപ്പെട്ടവരോ പണക്കാരോ സ്ത്രീയോ പുരുഷനോ ഏതു മതക്കാരോ ജാതിക്കാരോ ദേശ ക്കാരോ ആകട്ടെ, നിങ്ങളുടെ രക്തദാനം അവരെ സംബന്ധിച്ചിട ത്തോളം ജീവദാനം തന്നെയാണ്.”

ഈ സന്നദ്ധസേനയെ വിപുലീകരിക്കാനും വനിതാ ഹോസ്റ്റ ലിലെ പെൺകുട്ടികൾ, വീട്ടിൽനിന്നും വന്നുപോകുന്ന ഡേ സ്കോ ളേഴ്സ്, അധ്യാപകർ, മറ്റു ജീവനക്കാർ എന്നിവരെകൂടി ഇതിന്റെ ഭാഗമാക്കാനുള്ള എന്റെ താൽപര്യം ഞാൻ അപ്പോൾ അദ്ദേഹത്തെ അറിയിച്ചു.

“ഫ്രാൻസീസ്, നിന്റെ ആഗ്രഹം മഹത്തരമാണ്. അത് ഭാവിയിൽ ആയിരങ്ങൾക്ക് പുതിയ ജീവനായി മാറും. നീ ഇതുമായി മുന്നോട്ടു പോകുക. ഞാനും എന്റെ വകുപ്പും എന്നും നിന്നോടൊപ്പം ഉണ്ടാ യിരിക്കും.”

കരീംസാറിന്റെ വാക്കുകൾ എന്നിലുണ്ടാക്കിയ ആത്മവിശ്വാസം ചെറുതായിരുന്നില്ല. അദ്ദേഹം രക്തബാങ്കിലെ രാജൻ, ശശിധരൻ, യേശുദാസൻ എന്നീ ജീവനക്കാരെ എനിക്ക് പരിചയപ്പെടുത്തി. “രക്തദാനം സംബന്ധിച്ച സാങ്കേതിക കാര്യങ്ങളിൽ ഇവർ ഫ്രാൻസിസിനെയും കൂട്ടുകാരെയും സഹായിക്കും.” അവർ ഞങ്ങളുടെയെല്ലാം രക്തഗ്രൂപ്പുകൾ രജിസ്റ്ററിൽ രേഖപ്പെടുത്തി.

തുടർന്ന് ഞങ്ങൾ സഹപാഠികളുമായി വിഷയം വിശദമായി ചർച്ച ചെയ്തു. വനിതാഹോസ്റ്റലിലുള്ളവർ ഉടനടി രക്തദാനത്തിനു തയ്യാറായി. ഹോസ്റ്റലിലുള്ളവരാണല്ലോ രാവും പകലും ഒരേപോലെ അടിയന്തിര സാഹചര്യങ്ങളിൽ ഓടിയെത്തേണ്ടത്. എങ്കിലും ഡേ സ്കോളേഴ്സും മാറി നിന്നില്ല. തങ്ങളെയും കൂട്ടണമെന്ന് അവർ നിർബന്ധിച്ചു. സംഭവം പ്രൊഫസർമാരുടെ കാതിലുമെത്തി. അവരെല്ലാം സഹർഷം ഈ തീരുമാനത്തെ സ്വാഗതം ചെയ്തു. ‘രക്തവിൽപ്പന മാഫിയ’യുടെ ഇടപെടൽ കൊണ്ട് ഉള്ളാലേ പൊറുതിമുട്ടിയിരുന്ന ശസ്ത്രക്രിയാവിഭാഗത്തിലെ അധ്യാപകർക്കായിരുന്നു ആവേശമേറെ. തുടർന്ന്, അനധ്യാപകരും ഞങ്ങളോടൊപ്പം കൂടി. ചുരുക്കിപ്പറഞ്ഞാൽ, ഏതാനും ദിവസങ്ങൾക്കകം രണ്ടായിരത്തോളം പേരുകളാണ് രക്തഗ്രൂപ്പ് സഹിതം കോഴിക്കോട് മെഡിക്കൽ കോളജ് ആശുപത്രിയുടെ രക്തബാങ്ക് രജിസ്റ്ററിൽ ഇടംപിടിച്ചത്!

എന്നാൽ, ഇതുകൊണ്ടുമാത്രം ആയില്ലല്ലോ. ഇന്നാണെങ്കിൽ ഇവരുടെ ഫോൺ/വാട്ട്സാപ്പ് നമ്പറുകൾ ചേർത്ത് ഏതാനും ഗ്രൂപ്പുകളുണ്ടാക്കിയാൽ കാര്യം നടന്നേനേ. പക്ഷേ, അക്കാലത്ത് ആശയവിനിമയം ഇത്ര സുസാധ്യമല്ല. ഒരു സംഘടിതരൂപവും കാര്യക്ഷമതയുള്ള ഭാരവാഹികളുമുണ്ടെങ്കിലേ കാര്യങ്ങൾ മുന്നോട്ടുപോകൂ. അതിന് ഒരു സംഘടന കൂടിയേ തീരൂ. ക്യാമ്പസിലും ഹോസ്റ്റലിലും വെച്ച് നടന്ന അനൗപചാരിക കൂടിയാലോചനകൾ ഒരൊറ്റ തീരുമാനത്തിലേക്കാണ് എത്തിയത്: ഇതൊരു സംഘടനയായി രജിസ്റ്റർ ചെയ്യുക. എന്ത് പേര് നൽകണം എന്നതിനെപ്പറ്റി കാര്യമായ ചർച്ചകൾ വേണ്ടിവന്നില്ല. “കേരള ബ്ലഡ് ഡോണേഴ്സ് ഫോറം.”

കേരള എന്നു പറയാൻ തക്കതായ കാരണമുണ്ട്. അതിന് മുൻപ് സംസ്ഥാനത്ത് ഇത്തരമൊരു സംഘടന ഇല്ല. സംഘടനയുടെ അധ്യക്ഷൻ ആരായിരിക്കണം എന്ന കാര്യത്തിലും ഒട്ടും തർക്കമുണ്ടായില്ല. എന്റെ പേര് എല്ലാവരും ഏകകണ്ഠമായി നിർദ്ദേശിച്ചു. ഈ ആശയം ആദ്യം മുന്നോട്ടുവെച്ച ആൾ എന്ന നിലയിലും മുതിർന്ന വിദ്യാർത്ഥി എന്ന നിലയിലും ആയിരിക്കണം എല്ലാവർക്കും

ഞാൻ സ്വീകാര്യനായത്. ഏതായാലും ഞാൻ പ്രസിഡന്റായി 'കേരള ബ്ലഡ് ഡോണേഴ്സ് ഫോറം' ഒരു ചാരിറ്റബിൾ സൊസൈറ്റി എന്ന നിലയിൽ രജിസ്റ്റർ ചെയ്തു.

അതിവേഗം വളർച്ച

സംഘടനയ്ക്കൊരു ഔപചാരിക ഉദ്ഘാടനം വേണമെന്ന് എനിക്കു തോന്നി. സംഭവം വാർത്തയാകുകയും മെഡിക്കൽ കോളേജ് ക്യാമ്പസിനു പുറത്തേക്ക് രക്തദാനത്തിന്റെ സന്ദേശം പരക്കുകയും ചെയ്യണമെങ്കിൽ അത് ആവശ്യമാണ്. കൂട്ടായ്മ രൂപീകരിക്കുന്നതിൽ ഏറെ സഹായിച്ച അന്നത്തെ വൈസ് പ്രൻസിപ്പൽ ഡോ. ടി.എ. ജോസഫ് സാറിനെക്കൊണ്ട് ഫോറം ഉദ്ഘാടനം ചെയ്യിക്കാം എന്ന് തീരുമാനമായി. 1979ലെ റിപ്പബ്ലിക് ദിനത്തിലാണ് ആ ശുഭകർമ്മം നടന്നത്. അങ്ങനെ കേരള ബ്ലഡ് ഡോണേഴ്സ് ഫോറം ജനുവരി 26ന് ഔപചാരികമായി നിലവിൽ വന്നു.

ഡോ. എം. ബലരാമൻ നായർ സാറായിരുന്നു അന്ന് ഞങ്ങളുടെ പ്രിൻസിപ്പൽ. എല്ലാ കാര്യത്തിലും അദ്ദേഹമായിരുന്നു ഫോറത്തിന്റെ മാർഗദർശി.

തുടക്കത്തിൽ കിട്ടിയ പ്രചാരത്തിന്റെ പിൻബലത്തിൽ മറ്റു വിദ്യാലയങ്ങളിലേക്കും രക്തദാനസന്ദേശം എത്തിക്കാൻ അദ്ദേഹം മുൻകൈയെടുത്തു. തൊട്ടടുത്തുള്ള ദേവഗിരി സെയ്ന്റ് ജോസഫ്സ് കോളേജ് പ്രിൻസിപ്പലുമായി ബലരാമൻ സാർ ചർച്ച നടത്തി. സി.എം.ഐ. സഭയുടെ മാനേജുമെന്റിലാണ് ആ കോളേജ് പ്രവർത്തിക്കുന്നത്. വിദ്യാഭ്യാസ, സാമൂഹ്യകാര്യങ്ങളിൽ ശ്രദ്ധേയമായ ഇടപെടലുകൾ നടത്തുന്നവരാണ് 'കോൺഗ്രഗേഷൻ ഓഫ് മേരി ഇമ്മാക്കുലേറ്റ്' സഭാവൈദികർ. സുപ്രസിദ്ധകവിയും ഭക്തിഗാനരചയിതാവും മലയാളഭാഷാപണ്ഡിതനുമായ ഫാദർ ചെറിയാൻ കുനിയന്തോടത്ത് അക്കാലത്ത് അവിടെ മലയാളവിഭാഗം പ്രൊഫസറായിരുന്നു.

ബലരാമൻ സാറിന്റെ ഇടപെടൽ മൂലം, അക്കാലത്ത് വലിയ പ്രചാരം സിദ്ധിച്ചിട്ടില്ലാത്ത, 'രക്തദാനം' എന്ന പ്രക്രിയയുടെ ഡെമൊൺസ്ട്രേഷൻ നടത്താനും അതിന്റെ ശാസ്ത്രീയവശങ്ങളെക്കുറിച്ചും ജീവൽപ്രധാനമായ പങ്കിനെക്കുറിച്ചും ക്ലാസുകൾ എടുക്കാനും അവസരം കിട്ടി. തുടർന്ന് വിദ്യാർത്ഥികൾക്കായി രക്തഗ്രൂപ്പ് നിർണയ ക്യാമ്പ് സംഘടിപ്പിച്ചു. അതോടെ ദേവഗിരി സെയ്ന്റ് ജോസഫ്സ് കോളജിലെ അധ്യാപക, അനധ്യാപക ജീവനക്കാർ ഉൾപ്പെടെ ഏതാണ്ട് 2,500 പേർ രക്തദാന സന്നദ്ധസേനയിൽ

അംഗങ്ങളായി! സംഘടനയുടെ തുടക്കത്തിൽതന്നെ ഈ സംഭവം പകർന്നുതന്ന ഊർജ്ജം ഒട്ടും ചെറുതായിരുന്നില്ല. ഇതിൽനിന്നും ആവേശം ഉൾക്കൊണ്ട് നഗരത്തിലെ മറ്റു വിദ്യാഭ്യാസ സ്ഥാപനങ്ങളിലേക്കും പ്രവർത്തനം വ്യാപിപ്പിക്കാൻ ഞങ്ങൾ തയ്യാറെടുപ്പു തുടങ്ങി. കരീംസാറിന്റെ നേതൃത്വത്തിൽ ഈ വിഷയത്തെക്കുറിച്ച് ആഴത്തിൽ പഠിക്കുകയായിരുന്നു ഞങ്ങൾ ഒന്നാമതായി ചെയ്തത്.

രക്തത്തിന്റെ ഘടനയെക്കുറിച്ചും മനുഷ്യശരീരത്തിൽ അതു നിർവ്വഹിക്കുന്ന പങ്കിനെക്കുറിച്ചുമൊക്കെ ശരീരശാസ്ത്രം അഥവാ ഫിസിയോളജിയിൽ ഞങ്ങൾ എം.ബി.ബി.എസ്. ഒന്നാംവർഷം തന്നെ പഠിച്ചിട്ടുണ്ട്. പക്ഷേ, രക്തം മാറ്റൽ, രക്തം ശേഖരിച്ച് സൂക്ഷിക്കൽ, അത് പല ഘടകങ്ങളായി വേർതിരിക്കൽ തുടങ്ങിയവയെക്കുറിച്ച് സാമാന്യജ്ഞാനമേ ഉണ്ടായിരുന്നുള്ളൂ. പ്രായോഗികപരിശീലനമാകട്ടെ, തുലോം കുറവും. അതു പരിഹരിക്കാനായിരുന്നു ഈ ക്ലാസ്. അതു വലിയ നേട്ടമായി മാറി.

എന്താണു രക്തം; രക്തഗ്രൂപ്പുകൾ; രക്തദാനം?

ജീവന്റെ അടിസ്ഥാനമായ ജീവനദ്രവം ആണ് രക്തം. ഒരു മനുഷ്യന്റെ ശരീരഭാരത്തിന്റെ ഏഴു ശതമാനത്തോളം വരുന്ന ജീവൽ ദ്രാവകമാണ് രക്തം അഥവാ ചോര. സിരകൾ, ധമനികൾ, സൂക്ഷ്മ രക്തക്കുഴലുകളായ ലോമികകൾ എന്നിവയിലൂടെ ഒഴുകുന്ന രക്തത്തെ മൊത്തത്തിൽ 'ദ്രാവക അവയവം' എന്നും പറയാറുണ്ട്.

പ്രാണവായുവായ ഓക്സിജനെയും പോഷകവസ്തുക്കളെയും ശ്വാസകോശം, ശരീരകലകൾ എന്നിവയിലേക്ക് എത്തിക്കലാണ് രക്തത്തിന്റെ ഏറ്റവും പ്രധാനപ്പെട്ട ധർമ്മം. അണുബാധയെ ചെറുത്തുതോൽപ്പിക്കുന്ന ആന്റിബോഡികൾ, കോശങ്ങൾ എന്നിവയെ വഹിച്ചുകൊണ്ടുപോകുന്നതും രക്തമാണ്. കോശങ്ങളിൽ നിന്ന് കാർബൺ ഡയോക്സൈഡ് തുടങ്ങിയ മാലിന്യങ്ങളെ എടുത്തുകൊണ്ടുവന്ന് ശ്വാസകോശങ്ങൾ, വൃക്കകൾ, കരൾ എന്നിവയിലൂടെ പുറംതള്ളുന്നതാണ് മറ്റൊരു ധർമ്മം. ഇവ കൂടാതെ, പൊതുവേ ആളുകൾക്ക് അത്ര അറിയാത്ത ഒരു പണികൂടി രക്തത്തിനുണ്ട് - ശരീരതാപനില നിയന്ത്രിക്കൽ.

ഇനി മനുഷ്യരക്തത്തിലെ ഘടകങ്ങൾ പരിശോധിച്ചാൽ പ്ലാസ്മയാണ് ഏറ്റവുമധികം - 55 ശതമാനം. രക്താണുക്കൾ - 45 ശതമാനവും.

ദ്രാവകരൂപത്തിലുള്ള പ്ലാസ്മയിൽ വെള്ളമാണ് അധികവും. കൂടാതെ പഞ്ചസാര, പ്രോട്ടീൻ, ലവണങ്ങൾ, കൊഴുപ്പ് എന്നിവയുമുണ്ട്. രക്താണുക്കളെയും ഹോർമോണുകൾ തുടങ്ങിയ മറ്റു പദാർത്ഥങ്ങളെയും വഹിക്കലാണ് പ്ലാസ്മയുടെ പണി. ഇനി, രക്താണുക്കളെ നോക്കാം. ചെമപ്പ്, വെളുപ്പ് എന്നിങ്ങനെ രണ്ടു തരമാണ് രക്താണുക്കൾ. ഇവയിൽ ചെമപ്പാണ് അധികവും. വൃക്കകൾ പുറപ്പെടുവിക്കുന്ന ഒരുതരം ഹോർമോണിന്റെ കാർമികത്വത്തിൽ

അസ്ഥിക്കകത്തെ മജ്ജയാണ് അരുണരക്താണുക്കൾ ഉത്പാദിപ്പിക്കുന്നത്. ഇവയ്ക്ക് ഏതാണ്ട് നാലുമാസത്തെ ആയുസ്സേയുള്ളൂ.

ചെമന്ന രക്താണുക്കളിലെ പ്രധാനഘടകമാണ് ഹീമോഗ്ലോബിൻ എന്ന വിശേഷപ്പെട്ടൊരു പ്രോട്ടീൻ. ഇതാണ് പ്രാണവായുവിനെയും കാർബൺ ഡൈ ഓക്സൈഡിനെയും സംവഹിക്കുന്നത്. ചോരയ്ക്ക് ചെമന്ന നിറം കൊടുക്കുന്നതും ഹീമോഗ്ലോബിൻ തന്നെ. ഇരുമ്പിന്റെ അംശമാണ് ഈ നിറത്തിനു കാരണം.

വെളുത്ത രക്താണുക്കൾ പലവിധമുണ്ട്. എല്ലാം കൂടി എടുത്താൽ നമ്മുടെ രക്തത്തിന്റെ അളവിൽ ഒരു ശതമാനമേ ഇവ വരൂ. ന്യൂട്രോഫിൽ ആണ് ഏറ്റം കൂടുതലുള്ള ശ്വേതരക്താണു. ഇവ 70 ശതമാനം വരെ ഉണ്ടാകും. ഒരു ദിവസം മാത്രം ആയുസ്സുള്ള ഇവയെ മജ്ജ തുടർച്ചയായി ഉത്പാദിപ്പിച്ചുകൊണ്ടിരിക്കും. അണുബാധകൾക്കെതിരെ ഉടനടി പോരാട്ടത്തിനിറങ്ങുന്നത് ഇവയാണ്. ലിംഫോസൈറ്റ് ആണ് മറ്റൊരിനം ശ്വേതരക്താണു. ഇവ തന്നെ രണ്ടു തരമുണ്ട് - ടിയും. ബിയും. മറ്റ് രോഗപ്രതിരോധവിഭാഗങ്ങളെ നിയന്ത്രിക്കുകയും രോഗബാധിതമായ കോശങ്ങൾ, മുഴകൾ എന്നിവയെ ആക്രമിക്കുകയും ചെയ്യുന്നത് ടി - ലിംഫോസൈറ്റുകളാണ്. രോഗാണുക്കളെ ആക്രമിക്കുന്ന ആന്റിബോഡികൾ നിർമ്മിക്കലാണ് ബി -ലിംഫോസൈറ്റുകളുടെ പണി.

പ്ലേറ്റ്ലെറ്റ് അഥവാ ത്രോംബോസൈറ്റ് ആണ് ചോരയുടെ മറ്റൊരു പ്രധാന ഘടകം. ഒരു മുറിവുണ്ടായാൽ ചോര കട്ടപിടിച്ച് ഒഴുക്ക് നിറുത്തുന്നത് ഇവയാണെന്ന് നിങ്ങൾ സ്കൂൾ പാഠപുസ്തകത്തിൽ പഠിച്ചിട്ടുണ്ടാകും. കോശഘടകങ്ങൾ എന്നു വിളിക്കാവുന്ന ഇവ പരസ്പരവും മുറിവേറ്റ ഭാഗത്തും ഒട്ടിച്ചേർന്നാണ് രക്തം കട്ടപിടിക്കൽ സാധ്യമാക്കുന്നത്. രക്തം കട്ടപിടിക്കാത്ത ഹീമോഫീലിയ രോഗത്തെക്കുറിച്ചും നിങ്ങൾ കേട്ടുകാണുമല്ലോ. അതുപോലെ, പ്ലേറ്റ്ലെറ്റ് എണ്ണം അമിതമായാൽ രക്തം വേഗം കട്ടപിടിച്ച് ഹൃദയാഘാതം, പക്ഷാഘാതം എന്നിവ ഉണ്ടാകാൻ സാധ്യതയുണ്ട്. അതുപോലെ ചിലതരം രക്താർബുദങ്ങൾക്കു കാരണം വെളുത്ത രക്താണുക്കളുടെ അമിതവർധനയത്രെ.

രക്തഗ്രൂപ്പുകൾ

മനുഷ്യരുടെ രക്തത്തെ പൊതുവേ നാലു തരമായാണ് തിരിച്ചിട്ടുള്ളത്: എ, ബി, എബി, ഒ ഇവ ഓരോന്നിലും "റീസസ്ഫാക്ടർ" അഥവാ, ആർ എച്ച് ഉണ്ടോ ഇല്ലയോ എന്നതനുസരിച്ച് പോസിറ്റീവ് ഗ്രൂപ്പും നെഗറ്റീവ് ഗ്രൂപ്പുമുണ്ട്. അങ്ങനെ മൊത്തം എട്ടു തരം രക്തമുള്ളവർ ഉണ്ടെന്നു പറയാം. എന്നാൽ, നെഗറ്റീവ് ഗ്രൂപ്പുകാർ മൊത്തം

ജനസംഖ്യയുടെ ഏതാണ്ട് എഴു ശതമാനമേ വരൂ. ഇവ കൂടാതെ വേറെയും വർഗീകരണങ്ങൾ ഉണ്ടെങ്കിലും അവയൊന്നും പൊതു വിജ്ഞാനത്തിന് ആവശ്യമില്ല. എങ്കിലും, രക്തത്തിലെ ആന്റിജനുകൾ, ആന്റിബോഡികൾ എന്നിവയെ ആസ്പദമാക്കിയാണ് ഗ്രൂപ്പ് നിർണയം എന്നുമാത്രം അറിഞ്ഞിരിക്കുക. ആദ്യമായി സിറം ശേഖരിക്കാൻ റീസസ് കുരങ്ങുകളുടെ രക്തത്തിലെ എറിത്രോസൈറ്റുകളെ ആശ്രയിച്ചതിനാലാണ് "റീസസ് ഫാക്ടർ" എന്ന പേര് പോസിറ്റീവ്- നെഗറ്റീവ് വേർതിരിവിൽ വന്നത് എന്നുകൂടി അറിഞ്ഞുകൊള്ളുക.

വിവിധതരം രക്ത ഗ്രൂപ്പുകൾ

ഒ പോസിറ്റീവ് ആന്റ് ഒ നെഗറ്റീവ് 42%

എ പോസിറ്റീവ് ആന്റ് എ നെഗറ്റീവ് 25%

ബി പോസിറ്റീവ് ആന്റ് ബി നെഗറ്റീവ് 27%

എബി പോസിറ്റീവ് ആന്റ് എബി നെഗറ്റീവ് 6%

ജനസംഖ്യയുടെ 7% നെഗറ്റീവ് ഗ്രൂപ്പ് ആണ്.

ഏറ്റവും കൂടുതൽ ഒ പോസിറ്റീവ്

ഏറ്റവും കുറവ് എബി നെഗറ്റീവ്

ഒരു വ്യക്തിയുടെ രക്തഗ്രൂപ്പിനെ നിർണയിക്കുന്നത് ഒരു ജോടി ജീനുകളാണ്. അമ്മയിൽ നിന്നും അച്ഛനിൽ നിന്നും വരുന്നതാണ് ഇവയിൽ ഓരോന്നും. ചെമന്ന രക്താണുക്കളുടെ ഉപരിതലത്തിൽ കാണപ്പെടുന്ന ആന്റിജനുകൾ എന്ന തന്മാത്രക്കൂട്ടമാണ് ഓരോ ഗ്രൂപ്പിനെയും തീരുമാനിക്കുന്ന ഘടകം. പൊതുവായ ഈ രീതിക്കു പുറമെ 300ൽ പരം വ്യത്യസ്തഘടകങ്ങൾ അനുസരിച്ച് വേറെയും വർഗീകരണങ്ങളുണ്ട്. പക്ഷേ, സാധാരണഗതിയിൽ രക്തം സ്വീകരിക്കുമ്പോൾ ഇവയൊന്നും പരിഗണനീയമല്ലാത്തതിനാൽ വിട്ടുകളയുന്നു. അവയവദാനം - സ്വീകരണം- എന്നീകാര്യങ്ങളിലാണ് പ്രധാനമായും ഇവ ശ്രദ്ധിക്കേണ്ടി വരിക.

ഒ-പോസിറ്റീവ്, എ- പോസിറ്റീവ് എന്നിവയാണ് ഏറ്റവുമധികം കാണപ്പെടുന്ന രക്തഗ്രൂപ്പുകൾ. ഓരോ രാജ്യത്തിന്റെയും ദേശത്തിന്റെയും വംശപരമായ വ്യത്യാസമനുസരിച്ച് രക്തഗ്രൂപ്പുകളുടെ അനുപാതത്തിൽ ചെറിയ മാറ്റങ്ങൾ വരും. എ ബി നെഗറ്റീവ് ആണ് ഏറ്റവും കുറവ് കാണപ്പെടുന്ന രക്തഗ്രൂപ്പ്. ശരാശരി 0.6 ശതമാനം മനുഷ്യരിലേ ഇതുള്ളൂ. ബി - നെഗറ്റീവുകാർ 1.5 ശതമാനം മാത്രം. എബി പോസിറ്റീവ് 3.4 ശതമാനമുണ്ട്. ഒ നെഗറ്റീവുകാർ ശരാശരി ഏഴു ശതമാനം കണ്ടുവരുന്നു.

കാൾ ലാൻസ്റ്റൈനർ

ഓരോരുത്തരും സ്വന്തം രക്തഗ്രൂപ്പ് അറിഞ്ഞിരിക്കണം; അത് സദാ കൈയിൽ കരുതുന്ന ഏതെങ്കിലും തിരിച്ചറിയൽ രേഖയിൽ സൂചിപ്പിക്കുന്നതും നല്ലതാണ്. ഗർഭിണികൾ നിശ്ചയമായും രക്തഗ്രൂപ്പ് അറിഞ്ഞിരിക്കണം. ആർ എച്ച് ഘടകം നെഗറ്റീവ് ആയ അമ്മ അത് പോസിറ്റീവായ കുട്ടിയെ ഗർഭം ധരിച്ചാൽ സങ്കീർണതകൾ ഏറെ ഉണ്ടാകാൻ സാധ്യതയുണ്ട്. ഭാര്യ നെഗറ്റീവും ഭർത്താവ് പോസീറ്റീവും ആകുമ്പോഴാണ് ഇങ്ങനെ സംഭവിക്കുക. ആദ്യ പ്രസവത്തിൽ ഇത് ചിലപ്പോൾ പ്രശ്നങ്ങൾ ഉണ്ടാക്കിയേക്കില്ല. പക്ഷേ, തുടർന്നുള്ള ഗർഭധാരണവേളയിൽ ശിശുവിന്റെ രക്തത്തിലെ ചെമന്ന അണുക്കൾക്കെതിരെ അമ്മ ആന്റിബോഡി ഉൽപ്പാദിപ്പിച്ചേക്കാം. ഗർഭകാല പരിശോധനയിൽ ഗൈനക്കോളജിസ്റ്റുകൾ ഇക്കാര്യം വിലയിരുത്തുകയും ആവശ്യമായ മുൻകരുതലുകൾ എടുക്കുകയും ചെയ്യാറുണ്ട്.

ഡോ. വില്യം ഹാർവി

ചോരയുടെ വർഗീകരണം നടത്തിയ വ്യക്തിയെകൂടി നമുക്ക് ഇത്തരുണത്തിൽ അനുസ്മരിക്കാം. ഓസ്ട്രിയൻ വൈദ്യശാസ്ത്രജ്ഞൻ കാൾ ലാൻസ്റ്റൈനർ ആണ് എ, ബി, ഒ എന്ന രീതിയിൽ വർഗീകരണം ആരംഭിച്ചത്. 1901 ലായിരുന്നു ഇതിന്റെ തുടക്കം. ഈ കണ്ടുപിടിത്തത്തിന് അദ്ദേഹം നോബൽ സമ്മാനത്തിന് അർഹനായി.

"ലോകരക്തദാനദിന"മായി ആഘോഷിക്കുന്നത് ഇദ്ദേഹത്തിന്റെ ജന്മദിനമാണ്- ജൂൺ 14.

മനുഷ്യനിൽ രക്തം ഒഴുകുന്ന രീതി ആദ്യമായി വിശദീകരിച്ച ബ്രിട്ടീഷുകാർ വില്യം ഹാർവിയെയും ഇവിടെ സ്മരിക്കേണ്ടതുണ്ട്. 1628 ലായിരുന്നു അത്.

രക്തത്തിന്റെ പ്രാധാന്യം ആദ്യകാല തിരിച്ചറിവുകളും പരീക്ഷണങ്ങളും

ഒരു നായയിലാണ് ആദ്യമായി രക്തം കയറ്റിയത്. ഡോ. റിച്ചാർഡ് ലോവറിന്റെ നേതൃത്വത്തിൽ 1665ലായിരുന്നു സംഭവം. പതിനേഴാം നൂറ്റാണ്ടിൽ അത് എങ്ങനെയാകും നടന്നിട്ടുണ്ടാകുക എന്ന് ഊഹിക്കാമല്ലോ! ഇതിൽനിന്നും പാഠം ഉൾക്കൊണ്ട ഡോ. ജീൻ ബാപ്റ്റിസ്റ്റ് ഡെന്നീസ് രണ്ടു വർഷത്തിനുശേഷം ചെമ്മരിയാടിന്റെ രക്തം ശേഖരിച്ച് ഒരു മനുഷ്യനിൽ കയറ്റി! 1667 ജൂൺ 15ന് നടന്ന ഈ സംഭവമാണ് ചരിത്രത്തിൽ രേഖപ്പെടുത്തപ്പെട്ട ആദ്യത്തെ രക്തസന്നിവേശം. ചെമ്മരിയാട്ടിൻകുട്ടികൾ പരിശുദ്ധരാണ്, അതാണ് ദൈവം അവയെ ബലി നൽകാൻ പഴയനിയമകാലത്ത് ആവശ്യപ്പെട്ടിരുന്നത് എന്ന ചിന്തയായിരുന്നു ആ ഫ്രഞ്ച് ഡോക്ടറെ പ്രചോദിപ്പിച്ചത്. പക്ഷേ, പരാജയമായിരുന്നു ഫലം.

രക്തവാർച്ചയെത്തുടർന്ന് ക്ഷീണിതനായിരുന്ന ഒരു 15 വയസ്സുകാരനിലാണ് ഡെന്നീസ് ഇതു ചെയ്തത്. വളരെക്കുറിച്ചു രക്തമേ കയറ്റിയുള്ളു എന്ന് ചരിത്രം പഠിച്ചവർ പറയുന്നു. ഏതായാലും ഹീമോലൈറ്റിക് റിയാക്ഷൻ എന്ന പ്രതിഭാസമാണ് സംഭവിച്ചത്. ഭാഗ്യത്തിന് ബാലൻ മരിച്ചില്ല. മനുഷ്യരക്തം മൃഗരക്തവുമായി എന്നല്ല, മറ്റെല്ലാ മനുഷ്യരക്തങ്ങളുമായിപ്പോലും യോജിക്കുകയില്ലെന്ന് അക്കാലത്ത് അറിയില്ലായിരുന്നു. പക്ഷേ, ഡോ. ഡെന്നീസ് തന്റെ സാഹസിക പരീക്ഷണങ്ങൾ അവസാനിപ്പിച്ചില്ല. രക്തം കയറ്റാനുള്ള സാധ്യതകൾ തിരഞ്ഞുകൊണ്ടിരിക്കവേയാണ് ഒരു സുഹൃത്ത് പാരീസ് നഗരത്തിൽ ചുറ്റിക്കറങ്ങിയിരുന്ന അന്റോൺ മോറി എന്ന

റിച്ചാർഡ് ലോവർ

ജീൻ ബാപ്റ്റൈസ്റ്റെ ഡെന്നീസ്

മനോരോഗിയുടെ കാര്യം പറഞ്ഞത്. മനോരോഗത്തിനു കാരണം രക്തദൂഷ്യമാണെന്ന ധാരണ ഉണ്ടായിരുന്ന കാലം.

ഡോ. ഡെന്നീസ് ഇത്തവണ പിടികൂടിയത് ഒരു പശുക്കിടാവിനെയാണ്! ഭാഗ്യം: ആകെ അഞ്ചൗൺസ് രക്തമേ അതിൽ നിന്നെടുത്ത് മോറിയിൽ കയറ്റിയുള്ളൂ. അപ്പോഴേക്കും അയാൾ വല്ലാതെ വിയർക്കാൻ തുടങ്ങി. കൈകൾ, കക്ഷം എന്നിവ തീക്കല്ലുപോലെ പൊള്ളുന്ന അവസ്ഥ. ഭയന്നുപോയ ഡെന്നീസും സഹായികളും രക്തപ്പകർച്ച നിറുത്തിവെച്ചു. പക്ഷേ, അദ്ദേഹം പിന്മാറിയില്ല. പിറ്റേന്ന് പരീക്ഷണം ആവർത്തിച്ചു. അതോടെ മോറിയുടെ മനോവിഭ്രാന്തിക്ക് കുറവുണ്ടായി എന്നാണ് ഡോ. ഡെന്നീസ് അവകാശപ്പെട്ടത്. അതേസമയം, സമാനപരീക്ഷണങ്ങൾ നടത്തിയിരുന്ന മറ്റു ചില ഡോക്ടർമാർ അസൂയമൂത്ത് അട്ടിമറി നടത്തിയത്രെ. അവർ രഹസ്യമായി മോറിക്ക് ആഴ്സനിക്ക് വിഷം കൊടുത്തു. അതോടെ, മൂന്നാമത്തെ രക്തപ്പകർച്ചയ്ക്കുശേഷം ആ പാവം മരിച്ചുപോയി.

കേസ്സെടുത്ത് അന്വേഷണം തുടങ്ങിയ ഫ്രഞ്ച് പൊലീസ് മരണരഹസ്യം കണ്ടുപിടിച്ചു. പക്ഷേ, കേസ് വിചാരണ ചെയ്ത കോടതി രക്തം മാറ്റിവെക്കൽ പ്രക്രിയ രാജ്യത്ത് നിരോധിക്കുകയാണുണ്ടായത്. ഏതായാലും ഫ്രഞ്ച് ഡോക്ടർമാരെ മറികടക്കാൻ ഇംഗ്ലണ്ടിലെ വൈദ്യശാസ്ത്രസമൂഹം ശ്രമിക്കുന്നുണ്ടായിരുന്നു. ഏതാണ്ട് ഒന്നര നൂറ്റാണ്ടിനുശേഷമാണ് അതിൽ ശ്രദ്ധേയമായൊരു മുന്നേറ്റമുണ്ടായത്. 1818ൽ മനുഷ്യന്റെ രക്തം മറ്റൊരു മനുഷ്യനിൽ കയറ്റി!

ലണ്ടനിലെ ഗൈസ് ഹോസ്പിറ്റലിലെ പ്രസവവിദഗ്ധനും ശരീരശാസ്ത്രജ്ഞനുമായ ഡോ. ജെയിംസ് ബ്ലൺഡൽ ആണ് ഈ ചരിത്രസംഭവം നിർവഹിച്ചത്. മൃഗങ്ങളിൽ നിന്ന് മനുഷ്യനിലേക്ക് രക്തം കയറ്റി നിരവധി പരീക്ഷണങ്ങൾ അദ്ദേഹം നടത്തിയിരുന്നു. ശേഖരിച്ച രക്തം എത്രയും വേഗം കയറ്റുന്നുവോ, അത്രയ്ക്ക് അധികമായിരിക്കും വിജയസാധ്യത എന്ന് അദ്ദേഹം കണ്ടെത്തി. രക്തം കട്ടപിടിക്കലായിരുന്നു പ്രശ്നം. അതേസമയം വ്യത്യസ്ത ജീവി

THE LANCET.

Vol. II.] LONDON, SATURDAY, JUNE 13. [1828-9.

OBSERVATIONS ON TRANSFUSION OF BLOOD.

By Dr. Blundell.

*With a Description of his Gravitator.**

States of the body really requiring the infusion of blood into the veins are probably rare; yet we sometimes meet with cases in which the patient must die unless such operation can be performed; and still more frequently with cases which seem to require a supply of blood, in order to prevent the ill health which usually arises from large losses of the vital fluid, even when they do not prove fatal.

In the present state of our knowledge respecting the operation, although it has not been clearly shown to have proved fatal in any one instance, yet not to mention possible, though unknown risks, inflammation of the arm has certainly been produced by it on one or two occasions; and therefore it seems right, as the operation now stands, to confine transfusion to the first class of cases only, namely, those in which there seems to be no hope for the patient, unless blood can be thrown into the veins.

The object of the Gravitator is, to give help in this last extremity, by transmitting the blood in a regulated stream from one individual to another, with as little exposure as may be to air, cold, and inanimate surface; ordinary venesection being the only operation performed on the person who emits the blood; and the insertion of a small tube into the vein usually laid open in bleeding, being all the operation which it is necessary to execute on the person who receives it.

The following plate represents the whole apparatus connected for use and in action:—

* The instrument is manufactured by Messrs. Maw, 55, Aldermanbury.

Tab. 1.

ഡോ. ജെയിംസ് ബ്ലൻഡൽ പരീക്ഷിച്ച
രക്തകൈമാറ്റത്തിന്റെ വിജയം
ദി ലാൻസെറ്റ് മാസികയിൽ വന്നപ്പോൾ.
ഇൻസെറ്റിൽ ഡോ. ജെയിംസ് ബ്ലൻഡൽ

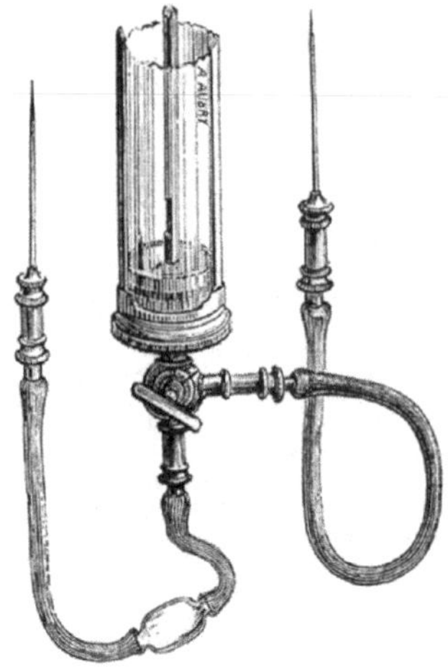

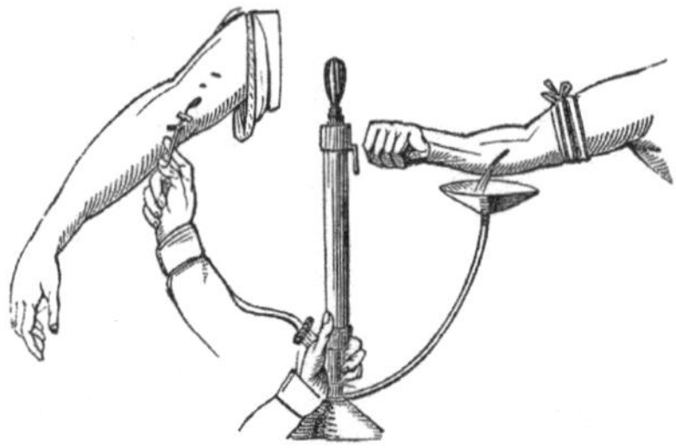

ലീ ബ്ലോൺഡ്സും കോളിൻസും രക്ത പ്പകർച്ചയ്ക്ക് ആവിഷ്കരിച്ച ഉപകരണം

രക്തപ്പകർച്ചയ്ക്കുള്ള ആദ്യകാല ഉപകരണങ്ങളിലൊന്ന്

വർഗങ്ങൾക്കിടയിലെ 'രക്തപ്പകർച്ച' മാരകമാകുമെന്ന് ഡോ. ലീക്കോക്ക് കണ്ടുപിടിച്ചിരുന്നു. അരനൂറ്റാണ്ടിനു ശേഷമാണ് ഇതിനൊരു പരിഹാരം കണ്ടെത്തിയത്. ഏതായാലും, ഒരു ദിവസം അദ്ദേഹത്തിന് ഒരു അടിയന്തിരസന്ദേശം ലഭിച്ചു. മറ്റൊരാശുപത്രിയിൽ ഒരു സ്ത്രീ പ്രസവത്തെത്തുടർന്ന് രക്തസ്രാവമുണ്ടായി മരണാസന്നയാണ്. ഇത്തരം ഗുരുതരാവസ്ഥകൾ ഉണ്ടായാൽ തന്നെ അറിയിക്കണമെന്ന് ഡോ. ബ്ലൺഡൽ സുഹൃത്തുക്കളായ പ്രസവവിദഗ്ധരെ ശട്ടംകെട്ടിയിരുന്നു.

ഉടനടി അവിടെയെത്തിയ അദ്ദേഹം ആ സ്ത്രീയുടെ ഭർത്താവിന്റെ വലതു കൈത്തണ്ടയിലെ ധമനി മുറിച്ച് അഞ്ച് ഔൺസ് രക്തം ശേഖരിക്കുകയും ഒരു സിറിഞ്ച് ഉപയോഗിച്ച് അത് തൽസമയം വലിച്ചെടുത്ത് ഭാര്യയിൽ കയറ്റുകയും ചെയ്തു. ഏതാനും തവണ അദ്ദേഹം ഇത് ആവർത്തിക്കുകയുണ്ടായി. ഇതിലെ വിജയത്തെത്തുടർന്ന് അദ്ദേഹം രക്തപ്പകർച്ചയ്ക്കുവേണ്ടി ചില ഉപകരണങ്ങൾ രൂപകൽപനചെയ്തു. അവയിൽ ചിലത് ഇന്നും ഉപയോഗത്തിലുണ്ട്. പിന്നീട്, അഞ്ചു വർഷത്തിനകം പത്തു തവണ അദ്ദേഹം ഈ പ്രക്രിയ നടത്തി. അവയിൽ അഞ്ചെണ്ണത്തിൽ വിജയം കൈവരിക്കുകയും ചെയ്തു. ഡോ. ബ്ലൺഡലിന്റെ പ്രക്രിയ പ്രശസ്ത വൈദ്യശാസ്ത്ര പ്രസിദ്ധീകരണമായ "ലാൻസെറ്റ്" 1829 ൽ റിപ്പോർട്ട്

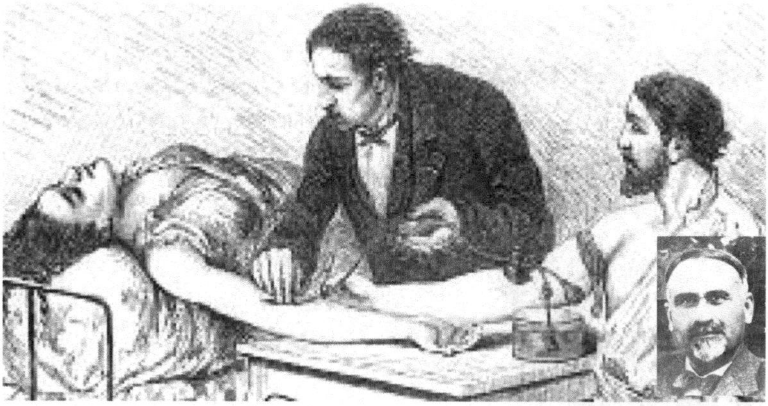

ഡോ. ആൽബർട്ട് ഹുസ്റ്റിൻ ആദ്യ രക്തമാറ്റം നടത്തുന്നു.
ഇൻസൈറ്റിൽ ഡോ. ആൽബർട്ട് ഹുസ്റ്റിൻ

ചെയ്തതോടെയാണ് ലോകം രക്തദാനം, രക്തസ്വീകരണം എന്നീ ജീവദായക ദൗത്യത്തിലേക്ക് പ്രവേശിച്ചത്.

രക്തം കട്ടപിടിക്കാതിരിക്കൽ

ഡോ. ബ്ലൺഡൽ ചെയ്തിരുന്നതുപോലെ തൽസമയം ദാതാവിൽ നിന്ന് സ്വീകർത്താവിലേക്ക് രക്തം കയറ്റൽ പലപ്പോഴും പ്രായോഗികമാകുകയില്ല. മുൻകൂട്ടി രക്തം ശേഖരിച്ചുവെച്ചാലേ അടിയന്തിരഘട്ടങ്ങളിൽ രക്തം കയറ്റി ജീവൻ രക്ഷിക്കാൻ കഴിയൂ. ഇതിനു പ്രധാന തടസ്സമായി നിന്നത് രക്തം കട്ടപിടിക്കലാണ്. ഈ പ്രക്രിയ തടയാനുള്ള നിരവധി പരീക്ഷണങ്ങൾ നടന്നിട്ടുണ്ട്. അവയിൽ വിഷരഹിതവും രാസവസ്തു ഉപയോഗിച്ചിട്ടുള്ളതുമായ ആദ്യ പരീക്ഷണം ഡോ. ജോൺ ബ്രാക്സ്റ്റൺ 1869 ൽ നടത്തി. സോഡിയം ഫോസ്ഫേറ്റാണ് അദ്ദേഹം അതിന് ഉപയോഗിച്ചത്. അതു പക്ഷേ, പ്രായോഗികമായി വിജയിച്ചില്ല. പിന്നീട് 1914

ഡോ. റൂബൻ ഒറ്റൺബെർഗ്

ഡോ. ബർണാഡ് ഫാന്റസ്

ലാണ് നേരിട്ടല്ലാത്ത ആദ്യത്തെ രക്തപ്പകർച്ച നടന്നത്. മാർച്ച് 27ന് ബെൽജിയംകാരനായ ഡോ. ആൽബർട്ട് ഹുസറ്റിൻ അതു നടത്തി ചരിത്രം സൃഷ്ടിച്ചു.

പിന്നീടും നിരവധി ഗവേഷണങ്ങൾ ഈ മേഖലയിൽ നടക്കുകയുണ്ടായി. രക്തഗ്രൂപ്പുകളുടെ കണ്ടുപിടിത്തം, അവ തമ്മിലുള്ള ചേർച്ച പരിശോധിക്കൽ അങ്ങനെയാണ് സംഭവിച്ചത്. ഡോ. ലുഡ്‌വിക്ക് ഹെക്റ്റോൺ ആണ ക്രോസ് മാച്ചിംഗ് ആദ്യമായി നടത്തിയ ശാസ്ത്രജ്ഞൻ.

ഇത് ആസ്പദമാക്കി ആദ്യം രക്തപ്പകർച്ച നടത്തിയത് ഡോ. റൂബൺ ഒട്ടൻബർഗ് ആയിരുന്നു. ഇതോടെ രക്തം ശേഖരിച്ച് ഇനം തിരിച്ച് സൂക്ഷിച്ചുവെക്കുന്ന രീതി തുടങ്ങി. അങ്ങനെ ഇന്നത്തെ രക്തബാങ്കുകളുടെ ചരിത്രം 1937ൽ ആരംഭിച്ചു.

യു.എസ്സിലെ ഷിക്കാഗോയിലുള്ള കുക്ക് കൗണ്ടി ആശുപത്രിയിലായിരുന്നു അത്. ഡോ. ബർണാഡ് ഫാന്റസാണ് സ്ഥാപകൻ. കേവലം അഞ്ചു വർഷങ്ങൾക്കകം ഭാരതത്തിലും ഒരു രക്തബാങ്ക് സ്ഥാപിതമായി. 1942ൽ കൊൽക്കൊത്തയിലായിരുന്നു അത്.

മാതൃകയാവുന്ന കോളേജുകൾ രക്തദാനയജ്ഞത്തിലേക്ക്

ഡോ. പി.എം.എസ്. കരീമിന്റെ കീഴിൽ രക്തദാനത്തെക്കുറിച്ച് ആഴത്തിൽ പഠിക്കാൻ തുടങ്ങിയ കാര്യമാണല്ലോ പറഞ്ഞുവന്നത്! ഇനി നമുക്ക് വിഷയത്തിലേക്കു മടങ്ങാം. രക്തത്തിന്റെ ഘടനയെക്കുറിച്ചും മനുഷ്യശരീരത്തിൽ അതു നിർവഹിക്കുന്ന പങ്കിനെക്കുറിച്ചുമൊക്കെ ശരീരശാസ്ത്രം അഥവാ ഫിസിയോളജിയിൽ ഞങ്ങൾ എംബിബിഎസ് ഒന്നാംവർഷം തന്നെ പഠിച്ചിട്ടുണ്ട്. പക്ഷേ, രക്തം മാറ്റൽ, രക്തം ശേഖരിച്ച് സൂക്ഷിക്കൽ, അത് പല ഘടകങ്ങളായി വേർതിരിക്കൽ തുടങ്ങിയവയെക്കുറിച്ച് സാമാന്യജ്ഞാനമേ ഉണ്ടായിരുന്നുള്ളു. പ്രായോഗികമായ പരിശീലനമാകട്ടെ, തുലോം കുറവും. അതു പരിഹരിക്കാനായിരുന്നു ഈ ക്ലാസ്. അതു വലിയ നേട്ടമായി മാറി.

പ്രൊവിഡൻസ് കോളജ് മാതൃകകാട്ടുന്നു

കോഴിക്കോട്ടെ വിദ്യാഭ്യാസ സ്ഥാപനങ്ങളെ ലക്ഷ്യം വെച്ച് ഞങ്ങൾ പ്രവർത്തനം തുടങ്ങി. മെഡിക്കൽ വിദ്യാർത്ഥികൾക്ക് രക്തത്തെക്കുറിച്ചും രക്തദാനത്തെക്കുറിച്ചും പൊതുവേ കാര്യങ്ങൾ അറിയാം. അവരെ രക്തദാതാക്കളായി ക്ഷണിക്കാൻ എളുപ്പമാണ്. പക്ഷേ മറ്റു വിദ്യാർത്ഥികളുടെ കാര്യം അങ്ങനെയല്ലല്ലോ! പഴയ പ്രീഡിഗ്രിക്കാലത്ത് പത്താംക്ലാസിനു ശേഷം ജീവശാസ്ത്രം പഠിച്ചിട്ടില്ലാത്ത കുട്ടികൾ ധാരാളമുണ്ടാകും. അവർക്ക് ഈ വിഷയത്തിൽ അടിസ്ഥാനബോധവൽക്കരണം അനിവാര്യമാണ്. അങ്ങനെ ഞങ്ങൾ മെഡിക്കൽ കോളജ് പ്രിൻസിപ്പലിന്റെയും ആശുപത്രി സൂപ്രണ്ടിന്റെയും ഇതിൽ ഉത്സാഹം കാണിച്ച മറ്റു ചില പ്രൊഫസർമാരുടെയും പിന്തുണയോടെ കോളജുകളിൽ ബോധവത്ക്കരണ ക്ലാസുകൾ നടത്താൻ ശ്രമം തുടങ്ങി. പ്രശസ്ത ചലച്ചിത്രസംവിധായകനും ഗാനരചയിതാവുമായ തൃശ്ശൂക്കാരൻ സത്യൻ അന്തിക്കാടിന്റെ

ഡോ. എ.കെ. ശോഭനൻ

അമ്മാവന്റെ മകനും ശിശുരോഗ വിദഗ്ധനുമായ ഡോ. എ.കെ ശോഭനൻ ഇതിൽ ഞങ്ങൾക്കു നൽകിയ പിന്തുണ എടുത്തുപറയേണ്ടതാണ്.

ഞങ്ങൾ ബന്ധപ്പെട്ട കോഴിക്കോട് നഗരത്തിലെ കലാലയങ്ങളിൽ ആദ്യം തന്നെ ഞങ്ങളോട് സഹകരിച്ചത് മലാപറമ്പിലെ പ്രശസ്തമായ പ്രൊവിഡൻസ് വിമൻസ് കോളജ് ആയിരുന്നു. വിദ്യാഭ്യാസരംഗത്ത് ഇന്ത്യയിൽ വലിയ സംഭാവനകൾ അർപ്പിച്ചിട്ടുള്ള അപ്പോസ്തലിക് കാർമൽ സന്ന്യാസിനീ സമൂഹം നടത്തുന്ന ഉന്നതകലാലയം. പ്രീ- പ്രൈമറി മുതൽ ബിരുദാനന്തരംബിരുദ കോഴ്സുകളും അധ്യാപന പരിശീലന സ്ഥാപനവും ഒക്കെ ഒരേയിടത്ത് നടത്തുന്ന ബൃഹത്തായ ക്യാംപസ്. കോളജ് പ്രിൻസിപ്പലായിരുന്ന അഭിവന്ദ്യ സിസ്റ്റർ ഗ്രേസ് തോമസിനെ ഞങ്ങൾ ചെന്നുകണ്ടു. കാര്യം പറഞ്ഞപ്പോൾ യാതൊരു മടിയും കൂടാതെ സിസ്റ്റർ ഈ പ്രസ്ഥാനത്തിൽ തന്റെ കലാലയം പങ്കാളിയാകാൻ തയാറായി.

സുഗതൻ സാറിന്റെയും ശോഭനൻ സാറിന്റെയും നേതൃത്വത്തിൽ പ്രൊവിഡൻസിലെ വിദ്യാർഥിനികൾക്കായി ഒരു ക്ലാസ് സംഘടിപ്പിച്ചു. അത്ഭുതാവഹവും ആവേശകരവുമായിരുന്നു ഫലം: രണ്ടായിരത്തിൽപ്പരം പേരാണ് രക്തദാനത്തിനു സന്നദ്ധരായി ബ്ലഡ് ഡോണേഴ്സ് ഫോറത്തിൽ അംഗത്വമെടുത്തത്. അവർക്കായി പിന്നീട് രക്തഗ്രൂപ്പ് നിർണയ ക്യാമ്പുകൾ നടത്തി. പതിനെട്ടു വയസ്സു കഴിഞ്ഞ വിദ്യാർത്ഥിനികൾ രക്തം നൽകാൻ ഉത്സാഹത്തോടെ നീണ്ടവരികൾ തീർത്ത കാഴ്ച ഇന്നും മനസ്സിൽനിന്ന് മാഞ്ഞിട്ടില്ല. കേരള ചരിത്രത്തിൽതന്നെ രേഖപ്പെടുത്തേണ്ടതാണ് ഈ സംഭവം.

ഇതിന്റെ വാർത്തകൾ കേരളത്തിലെ മറ്റൊരു വനിതാകലാലയത്തെ ഞെട്ടിച്ചു - എറണാകുളം സെയ്ന്റ് തെരേസാസ് കോളജ്. പുരോഗമനപരമായ കാര്യങ്ങളിൽ എന്നും മുന്നിൽ നിൽക്കണമെന്ന് ആഗ്രഹിക്കുന്നവരാണ് അതിന്റെ നടത്തിപ്പുകാരായ തെരേസ്യൻ

ഡോ. സുഗതൻ

കർമലീത്ത സന്ന്യാസിനികൾ. അവരുടെ ക്ഷണപ്രകാരം ഞങ്ങൾ കോളജിൽ പോയി ബോധവത്ക്കരണക്ലാസും രക്ത ഗ്രൂപ്പ് നിർണയ - രക്തദാന ക്യാമ്പും നടത്തി. ദൂരെയുള്ള ക്യാമ്പ് ആയതിനാൽ കോഴിക്കോട് മെഡിക്കൽ കോളജ് ആശുപത്രിയുടെ സാങ്കേതിക സഹായം ലഭിക്കില്ല. അത്തരം സാഹചര്യങ്ങളിൽ അതതിടത്തെ ഇന്ത്യൻ മെഡിക്കൽ അസോസിയേഷൻ ബ്ലഡ് ബാങ്ക്, പ്രമുഖ സർക്കാർ-സ്വകാര്യ ആശുപത്രികൾ എന്നിവയുടെ സഹായം തേടാറുണ്ട്. എറണാകുളത്ത് അവരെല്ലാം ആവേശപൂർവം സഹായിച്ചു. ഈ വൻകിട വിദ്യാഭ്യാസ സ്ഥാപനവും അങ്ങനെ കേരളത്തിന്റെ രക്തദാന ചരിത്രത്തിൽ ഇടംനേടി.

തൃശ്ശൂർ സെയ്ന്റ് മേരീസ് കോളജാണ് എടുത്തുപറയേണ്ട മറ്റൊരു കലാലയം. മദർ ഓഫ് കാർമൽ സന്ന്യാസിനീസഭയുടെ എജ്യൂക്കേഷണൽ സൊസൈറ്റിയാണ് ഭാരത സ്വാതന്ത്ര്യത്തിനു മുൻപേ ഇതു സ്ഥാപിച്ചു നടത്തുന്നത്. എന്റെ അതിരൂപതയ്ക്ക് കീഴിൽ വരുന്ന സ്ഥാപനം എന്ന നിലയിൽ ഏറെ സന്തോഷവും അഭിമാനവും ഉളവാക്കിയ ഒന്നായിരുന്നു സെയ്ന്റ് മേരീസിലെ ക്ലാസും ക്യാംപുകളും. തൃശ്ശൂർ മെഡിക്കൽ കോളജ് ആശുപത്രിയുടെയും ബ്ലഡ് ബാങ്കിന്റെയും അകമഴിഞ്ഞ സഹായം ഞങ്ങൾക്കു കിട്ടി. ഡോ. എ.കെ ശോഭനന്റെ സ്വദേശമാകയാൽ തൃശ്ശൂർ പരിപാടി അദ്ദേഹത്തിനു വലിയ ആവേശമാണ് പകർന്നു നൽകിയത്.

സെയ്ന്റ് മേരീസ് കോളജ് പിന്നീടും പല സന്ദർഭങ്ങളിലും രക്തദാന പ്രസ്ഥാനത്തിൽ എന്നോടൊപ്പം സഹകരിച്ചു. അവിടെ നിരവധി പരിപാടികൾ ഫോറം നടത്തിയിട്ടുണ്ട്. അവയിലൊന്നിൽ അന്നത്തെ സംസ്ഥാന മന്ത്രിസഭാംഗമായ പി.കെ വേലായുധനായിരുന്നു മുഖ്യാതിഥി. എന്റെ നാട്ടുകാരൻ കൂടിയാണ് അദ്ദേഹം. തന്റെ പ്രഭാഷണവേളയിൽ, ശ്രോതാക്കളെയെല്ലാം ഞെട്ടിച്ചുകൊണ്ട് അദ്ദേഹം പൊട്ടിക്കരഞ്ഞു. കാരണമെന്തെന്നോ? തന്റെ അമ്മ രക്തം

കിട്ടാതെ ദയനീയമായി മരിച്ചത്. ഏതോ രോഗം ബാധിച്ച് മെഡിക്കൽ കോളജിൽ ചികിത്സയിൽ കഴിയുകയായിരുന്നു അമ്മ. പി.കെ. വേലായുധനടക്കം മക്കൾ പറക്കമുറ്റിയിട്ടില്ല. പെട്ടെന്ന് അമ്മയ്ക്ക് രണ്ടു കുപ്പി രക്തം വേണ്ടിവന്നു. ബന്ധുക്കൾ നെട്ടോട്ടമായി. "ചോര കൊടുത്താൽ ചത്തുപോകും", എന്ന് ആളുകൾ ഭയപ്പെട്ടിരുന്ന കാലം. രക്തം കൊടുത്താൽ വിളർച്ച വരും. രോഗിയാകും. സ്ത്രീകൾക്ക് സൗന്ദര്യം നഷ്ടപ്പെടും. പുരുഷന്മാർക്ക് ബീജോല്പാദനം കുറയും തുടങ്ങിയ നിരവധി ഭയങ്ങൾ. സമാന ഗ്രൂപ്പുകാരെ കണ്ടെത്തിയെങ്കിലും ആരും രക്തം കൊടുക്കാൻ തയ്യാറായില്ല. അവസാനം, ഒരു തുള്ളിപോലും ജീവരക്തം കിട്ടാതെ അമ്മ മരിച്ചു. മന്ത്രി സംഭവം വിവരിച്ചുകഴിഞ്ഞപ്പോൾ ഞാനടക്കം സകലരും വിതുമ്പിപ്പോയി.

തൃശ്ശൂരിലെ വിമല കോളജും അക്കാലയളവിൽ ബ്ലഡ് ഡോണേഴ്സ് ഫോറത്തിന്റെ വളർച്ചയിൽ ഏറെ സഹകരിച്ചവരാണ്. സെയ്ന്റ് മേരീസ് കോളജ് വിഭജിച്ച് 1967ൽ സ്ഥാപിച്ചതാണ് ഈ വനിതാ കലാലയം. നാട്ടുകാരൻ എന്ന സവിശേഷ പരിഗണന അവർ ഡോ. ശോഭീന്ദ്രനും എനിക്കും നൽകി. ഈ പ്രസ്ഥാനത്തിന്റെ തുടക്കം മുതൽ ഒപ്പം നിന്ന മറ്റു ചിലരെക്കൂടി ഇവിടെ ആദരപൂർവ്വം അനുസ്മരിക്കേണ്ടതുണ്ട്. പ്രൊഫസർമാരായ ഡോ.എ ശ്രീനിവാസൻ, ഡോ. ശങ്കരൻകുട്ടി വാര്യർ, ഡോ. അന്നക്കുട്ടി ജോൺ, ഡോ. പത്മനാഭൻ നായർ, ഡോ. സുരേന്ദ്രൻ (തലശ്ശേരി), ഡോ. ഭാസകരൻ (കൽപ്പറ്റ), ഡോ. സി. അച്യുതൻ, സിസ്റ്റർ ഫെലിസിറ്റ (സെയ്ന്റ് മേരീസ്, തൃശൂർ) തുടങ്ങിയവർ.

ബ്ലഡ് ബാങ്ക് സമ്പന്നമാകുന്നു

കേരള ബ്ലഡ് ഡോണേഴ്സ് ഫോറം അതിവേഗം വിപുലമായി ക്കൊണ്ടിരുന്നു. അവർ അതതിടങ്ങളിലെ സർക്കാർ മെഡിക്കൽ കോളജുകൾ, ജനറൽ ആശുപത്രികൾ, ഐ.എം.എ. എന്നിവിട ങ്ങളിലെ രക്തബാങ്കുകളെ പതിവായി സഹായിക്കാൻ തുടങ്ങി. നിരവധി കോളജുകളിൽ രക്തദാതാക്കളുടെ സംഘങ്ങൾ ഉയർന്നു വന്നു. സ്കൂളുകളിൽ കുട്ടികൾ ഭാവി രക്തദാതാക്കളായി പ്രതിജ്ഞ യെടുത്തു. മെഡിക്കൽ കോളജുകളാകട്ടെ, സഞ്ചരിക്കുന്ന ബ്ലഡ് ബാങ്കുകൾ സജ്ജീകരിച്ച് ക്യാമ്പുകൾക്കായി വിട്ടുനൽകി. ഒരു മിനി ഓപ്പറേഷൻ തിയേറ്ററിന്റെ സൗകര്യങ്ങളുള്ള ആംബുലൻസുകളാ യിരുന്നു അവ. ഓരോ എം.സി.എച്ചിലും ഇതേപോലെ മൂന്നുവീതം മൊബൈൽ യൂണിറ്റുകൾ ഉണ്ടായിരുന്നു. എത്രദൂരെ ക്യാമ്പ് നട ത്താനും അവ സഹായകമായി.

കെ. ജയകുമാർ

കോഴിക്കോട്ടെ പത്രങ്ങൾ രക്തദാന പ്രസ്ഥാനത്തിന് വലിയ പിന്തുണയാണ് തന്നത്. പ്രമുഖ വ്യക്തികൾ പരിപാടികൾക്ക് വന്നത് മാധ്യമങ്ങളെ കൂടുതൽ ആകർഷിച്ചു. അന്ന് ജില്ലാ കള ക്ടറായിരുന്ന കെ. ജയകുമാർ ആയിരുന്നു ഞങ്ങളുടെ രക്ഷാധി കാരി. സഹൃദയനും കവിയുമായ അദ്ദേഹം വ്യക്തിപരമായി തന്ന പിന്തുണയും വലുതാണ്. അദ്ദേഹം പലതവണ ക്യാമ്പു കളിൽ വന്ന് രക്തം ദാനം ചെയ്തു. കഴിയാവുന്നിടത്തെല്ലാം

പ്രൊഫ. ഡോ.എം. ലീലാവതി

ഈ പ്രസ്ഥാനത്തെക്കുറിച്ച് പ്രസംഗിക്കുകയും പല പ്രവർത്തനങ്ങളിലും ഭാഗഭാക്കാകുകയും ചെയ്തു. കോഴിക്കോട് നടക്കാവ് സ്കൂളിൽ നടന്ന ഒരു ബോധവത്ക്കരണ പരിപാടിയും ക്ലബ്ബും ഉദ്ഘാടനം ചെയ്തത് അന്ന് മുഖ്യമന്ത്രിയായിരുന്ന കെ. കരുണാകരനാണ്.

രക്തദാനപ്രസ്ഥാനത്തിന്റെ ഉപകാരികളെക്കുറിച്ചോർക്കുമ്പോൾ മനസ്സിലേക്ക് ഓടിയെടുത്തുന്ന ഒരു മാതൃരൂപമുണ്ട് - പ്രൊഫസർ ഡോ. എം. ലീലാവതി. മലയാളഭാഷാപണ്ഡിതയും എഴുത്തുകാരിയുമായ നമ്മുടെ ലീലാവതി ടീച്ചർ! കോഴിക്കോട് മെഡിക്കൽ കോളജ് ആശുപത്രിയിൽ വച്ച് ആ സ്ത്രീരത്നത്തെ കണ്ടുമുട്ടിയ രംഗം ഞാനിന്നും തെളിമയോടെ ഓർക്കുന്നു. തന്റെയൊരു ബന്ധുവിന്റെ ശസ്ത്രക്രിയയ്ക്കായി കുറെ രക്തം വേണ്ടിവരും എന്നറിഞ്ഞ്, ഉഴറി നടക്കവേയാണ് ഞാൻ നേരിയ പരിചയം തോന്നി അടുത്തു ചെന്നത്. എന്റെ അമ്മയുടെ അധ്യാപികയായിരുന്നു ടീച്ചർ. മരിക്കാൻ നേരം അമ്മയുടെ ആഗ്രഹപ്രകാരം ലീലാവതി ടീച്ചറെ വിളിച്ചിരുന്നു.

"റോസീ!" അമ്മയുടെ അവശതയോടെയുള്ള കിടപ്പു കണ്ട് ടീച്ചർ വിളിച്ചു. അമ്മയ്ക്ക് ആളെ മനസ്സിലായി. അമ്മയുടെ അവസാനനാളുകളായിരുന്നു അത്.

ടീച്ചർ തന്റെ അവിവാഹിതയായ ചെറിയമ്മയുമായി വന്നതായിരുന്നു ആശുപത്രിയിൽ. ഒരു മുഴ നീക്കം ചെയ്യണം. രക്തനഷ്ടം ഏറെ വരാനിടയുള്ള ഒരു പ്രക്രിയയായിരുന്നു അത്. അഞ്ചെട്ടു കുപ്പി രക്തം വേണ്ടിവരും എന്നറിഞ്ഞ ടീച്ചർ ആകെ വിഷണ്ണയായി. എന്നെ കണ്ടത് അവർക്ക് വലിയ അനുഗ്രഹമായി. ആവശ്യത്തിനു രക്തം സംഘടിപ്പിക്കാൻ സാധിച്ചു. അന്നത്തെ ബന്ധം ടീച്ചർ പിന്നീടും തുടർന്നു. ഏറെ വർഷങ്ങൾക്കുശേഷം ഇരവിമംഗലം ഗ്രാമത്തിൽ 'സമ്പൂർണ്ണ രക്ത സാക്ഷരതായജ്ഞം' നടത്തിയപ്പോൾ പ്രൊഫ. എം. ലീലാവതി പലതവണ വന്ന് ബോധവത്ക്കരണ പ്രസംഗങ്ങൾ നടത്തുകയുണ്ടായി.

ഏതുസമയവും ഏതു ഗ്രൂപ്പ് രക്തവും കിട്ടാൻ ബ്ലഡ് ഡോണേഴ്സ് ഫോറത്തെ സമീപിച്ചാൽ മതി എന്ന ചിന്ത ജനങ്ങളിൽ പരന്നു. അതോടെ, ആശുപത്രികളിൽ നിന്ന് ഞങ്ങളെത്തേടി രോഗികളുടെ ബന്ധുക്കൾ വരാൻ തുടങ്ങി. രജിസ്റ്റർ നോക്കി ആവശ്യമുള്ള രക്തം കൊടുക്കാൻ സാധിക്കുന്ന ആളുകളെ ഉടനടി കണ്ടെത്തി ബന്ധപ്പെടുത്താൻ ഞങ്ങളുടെ പ്രവർത്തകർക്ക് സാധിച്ചിരുന്നു. അതോടെ, പ്രൊഫഷണൽ രക്തദാതാക്കൾക്ക് ഡിമാന്റില്ലാതായി. അവർ ഞങ്ങളെ ശക്തമായി എതിർക്കാൻ ശ്രമം തുടങ്ങി. ഇതിന്റെയെല്ലാം സൂത്രധാരൻ ഞാനാണെന്നു മനസ്സിലാക്കി എനിക്കെതിരെ വ്യക്തിപരമായ ആക്രമണശ്രമവും നടന്നു.

ഒരിക്കൽ ഏതോ ആവശ്യത്തിന് കോഴിക്കോട് നഗരത്തിൽ പോയപ്പോൾ മാനാഞ്ചിറയുടെ തെക്കുഭാഗത്തുകൂടെ നടക്കുകയായിരുന്നു ഞാൻ. അന്നവിടെ കോംട്രസ്റ്റ് നെയ്ത്തുഫാക്ടറി പ്രവർത്തിക്കുന്നുണ്ട്. പൊടുന്നനെ ഒരാൾ എന്റെ നേർക്ക് ചാടിവീണ് തെറിയഭിഷേകം തുടങ്ങി. ഒരു നിമിഷം പരിഭ്രമിച്ച ഞാൻ ആളെ തിരിച്ചറിഞ്ഞു- 'മുട്ട മുഹമ്മദ്'!

കോഴിക്കോട് എം.സി.എച്ചിനെ ചുറ്റിപ്പറ്റി പ്രവർത്തിച്ചിരുന്ന 'ബ്ലഡ് മാഫിയയുടെ' തലവൻ. ആശുപത്രി കാന്റീനിലെ മുട്ടവിതരണക്കാരന്റെ ലേബലിൽ അയാൾക്ക് എല്ലായിടത്തും പ്രവേശനം കിട്ടിയിരുന്നു. ലഹരിക്കടിമകളും വഴിവിട്ട ജീവിതത്തിലൂടെ സിഫിലിസ്, ഗൊണേറിയ പോലുള്ള ലൈംഗികരോഗങ്ങൾ ബാധിച്ചവരുമൊക്കെയായിരുന്നു മുട്ടമുഹമ്മദിന്റെ ബ്ലഡ് മാഫിയ അംഗങ്ങളിൽ പ്രധാനം.

"നീ ഞങ്ങളുടെ വയറ്റത്തടിച്ചു, അല്ലേടാ?" അയാൾ ആക്രോശം തുടർന്നു. ഞാൻ സമാധാനിപ്പിക്കാൻ നോക്കിയെങ്കിലും കൂടുതൽ ക്രുദ്ധനായ 'മുട്ട' അരയിൽ നിന്ന് കത്തിയെടുത്ത് വീശുകയാണു ചെയ്തത്. അതോടെ, ബഹളംകേട്ട് കോംട്രസ്റ്റ് വളപ്പിൽ നിന്നും ഏതാനും തൊഴിലാളികൾ ഓടി വന്നു. രക്തദാന പ്രസ്ഥാനത്തിന്റെ പ്രചാരണത്തിൽ ഞാൻ ആ ഫാക്ടറിയിൽ പോയിട്ടുണ്ട്. എന്നെ അറിയാവുന്ന അവർ വന്നില്ലായിരുന്നെങ്കിൽ 'മുട്ട'യുടെ കഠാര എന്നെ മുറിവേൽപ്പിച്ചനേ.

ഏതായാലും ഞാൻ തിരികെ അവരോടൊപ്പം നടന്ന് സിറ്റി പൊലിസ് കമ്മീഷണറുടെ ഓഫീസിലെത്തി. പിൽക്കാലത്ത് സംസ്ഥാന പൊലീസ് മേധാവിയായിത്തീർന്ന ജേക്കബ് പുന്നൂസ് ആയിരുന്നു അപ്പോൾ കമ്മീഷണർ. കളക്ടറോട് തോളോടു തോൾ ചേർന്ന് കേരള ബ്ലഡ് ഡോണേഴ്സ് ഫോറത്തിന്റെ ആദ്യകാല പ്രവർത്തനങ്ങളിൽ ഏറെ സഹകരിച്ച വ്യക്തി. മുട്ടമുഹമ്മദിനും ബ്ലഡ്

ജേക്കബ്ബ് പുന്നൂസ്

മാഫിയയ്ക്കും എതിരെ ശക്തമായ നടപടി സ്വീകരിക്കുമെന്ന് അദ്ദേഹം എനിക്ക് ഉറപ്പുതന്നു. എന്നിട്ട് രണ്ടു പൊലീസുകാരെ കൂട്ടി എന്നെ മെഡിക്കൽ കോളേജ് ബസ്സിൽ കയറുംവരെ അനുഗമിക്കാൻ വിടുകയുമുണ്ടായി. പിൽക്കാലത്തും ജേക്കബ് പുന്നൂസ് സാർ രക്തദാന പ്രസ്ഥാനത്തിന് വലിയ പിന്തുണ നൽകിപ്പോന്നു.

'മുട്ട'മുഹമ്മദിനെ പിന്നീട് ഞാൻ കാണുന്നത് എം.സി. എച്ചിന്റെ കാൻസർ വാർഡിൽ വച്ചാണ്. ലിംഫോമ എന്ന അർബുദം ബാധിച്ച് അവശനായിരുന്നു അയാൾ. ചികിത്സയുടെ ഭാഗമായി സർജറി വേണ്ടി വന്നു. സ്വാഭാവികമായി കുറെ രക്തം വേണം. ബന്ധുക്കളോ സുഹൃത്തുക്കളോ കാര്യമായി സഹായിക്കാൻ ഉണ്ടായിരുന്നില്ല. മുട്ടക്കച്ചവടവുമായി ബന്ധപ്പെട്ട് എം.സി.എച്ചിലുണ്ടായിരുന്ന പരിചയം മാത്രം. ദയനീയാവസ്ഥ മനസ്സിലാക്കി ഞങ്ങൾ ആവശ്യത്തിന് രക്തവും മറ്റു സഹായങ്ങളും ചെയ്തു. മുട്ട മുഹമ്മദിന്റെ മരണം വരെ ആ സഹായം ഞങ്ങൾ നിറുത്തിയില്ല.

രക്തദാനം എന്ന ജീവദാനം

"**അ**വിടുന്ന് പിന്നീട് ഒരു പാനപാത്രമെടുത്ത് ദൈവത്തിന് കൃതജ്ഞത അർപ്പിച്ചതിനുശേഷം ഇതു പറഞ്ഞുകൊണ്ട് അവർക്ക് (ശിഷ്യർക്ക്) കൊടുത്തു, നിങ്ങളെല്ലാവരും ഇതിൽ നിന്ന് കുടിക്കുവിൻ! എന്തെന്നാൽ ഇത് എന്റെ രക്തമാകുന്നു; പാപങ്ങളുടെ മോചനത്തിനായി അനേകർക്കുവേണ്ടി ചിന്തപ്പെടാനിരിക്കുന്ന ഉടമ്പടിയുടെ രക്തം!" (മത്തായി 26:28).

ശിക്ഷയുടെയും ആചാരങ്ങളുടെയും ബലിയുടെയുമൊക്കെ ഘടകമായിരുന്ന രക്തം ചിന്തലിനെ പാപമോചനത്തിന്റെ മാർഗമാക്കിയത് ക്രിസ്തുവാണ്. തന്റെ അന്ത്യഅത്താഴവേളയിൽ യേശു അരുളിചെയ്തതും പിന്നീട്, ക്രൈസ്തവരുടെ വിശുദ്ധ കുർബ്ബാന എന്ന പ്രതീകാത്മക ബലിയർപ്പണത്തിലൂടെ തുടർന്നു പോരുന്നതുമായ മേൽപ്പറഞ്ഞ വചനമാണ് 'രക്തദാനം എന്ന ജീവദാന' ത്തിന്റെ ഉറച്ച അടിത്തറ. വളരെ ചെറുപ്പം മുതലേ അൾത്താര ബാലനായിരുന്ന എന്നിൽ, എന്റെ ആത്മാവിന്റെ അന്തഃരംഗത്തിൽ ഉറച്ചുപോയതായിരുന്നു ഈ വചനം. രക്തദാന പ്രസ്ഥാനത്തിൽ ഞാൻ എന്തെങ്കിലും ചെയ്തിട്ടുണ്ടെങ്കിൽ അത് എന്നിലൂടെ, എന്നെ ഉപകരണമാക്കി യേശുക്രിസ്തു ചെയ്തതാണ്, ഈ വചനത്തിന്റെ ശക്തിയാൽ!

രക്തം എന്ന പദം വിശ്വാസപരമായും വൈകാരികപരമായും അതിശ്രേഷ്ഠമായ പഴയകാല - പുതിയകാല ഓർമയാണ്; വ്യക്തമായിപ്പറഞ്ഞാൽ ബൈബിളിലെ പഴയനിയമ- പുതിയനിയമ സംഭവങ്ങൾ. അനാദികാലം മുതൽ ജീവികൾക്കും ആദിമമനുഷ്യർക്കും രക്തം നഷ്ടപ്പെട്ടാൽ ജീവഹാനി സംഭവിക്കുമെന്ന് അറിയാമായിരുന്നു. തന്മൂലം രക്തം ജീവനാണെന്ന് വിശ്വാസം നിലനിന്നുപോന്നു.

പഴയ നിയമത്തിൽ മൃഗങ്ങളെ ദൈവാലയങ്ങളിലെ ബലിഷ്ഠമായ ബലിവേദികളിൽ നിഷ്ഠുരമായി കൊന്ന് രക്തം വിശുദ്ധ

സ്ഥലങ്ങളിലും പ്രതിമകളിലും തളിക്കുന്നത് ദേവപ്രീതിക്കുവേണ്ടിയുള്ള വിശുദ്ധ പ്രവർത്തിയായി കരുതിപ്പോന്നിരുന്നു. ഇത് രക്തത്താലുള്ള ഉടമ്പടി (covenant) ആയിട്ടായിരുന്നു കരുതപ്പെട്ടിരുന്നത്. ഉടമ്പടി എപ്പോഴും രണ്ടു വ്യക്തികൾ തമ്മിലുള്ള സ്നേഹബന്ധത്തിന്റെ അടയാളമായിരുന്നു. ഇസ്രായേൽ എന്ന ദൈവത്തിന്റെ തെരഞ്ഞെടുക്കപ്പെട്ട ജനത്തിന്റെ രക്ഷയ്ക്കായി പെസഹാക്കുഞ്ഞാടിന്റെ രക്തം കട്ടിളപ്പടിയിൽ തളിക്കുമ്പോൾ സംഹാരദൂതൻ നിരുപദ്രവമായി കടന്നുപോകുന്നത് സംരക്ഷണ ഉടമ്പടിയുടെ ഉദാഹരണമാണ്. പഴയ നിയമത്തിലെ ലേവ്യരുടെ പുസ്തകം മുഴുവൻ മൃഗബലി പാപപരിഹാരാർത്ഥമാണ് അർപ്പിക്കുന്നത് എന്ന് വ്യക്തമാക്കുന്നുണ്ട്. (ATONEMENT).

ക്രമേണ, പഴയനിയമ പൂർത്തീകരണത്തിൽ ദൈവത്തിലെ രണ്ടാമാളായ യേശുവിന്റെ അവതാരത്തിന് മുമ്പായിത്തന്നെ "നിങ്ങളുടെ ദഹനബലികളും അമാവാസി ആഘോഷങ്ങളും എനിക്ക് അസ്വീകാര്യമാണ്" എന്ന് ഏശയ്യാ പ്രവാചകൻ വഴി വെളിപ്പെടുത്തിയ ശേഷമായിരിക്കണം മൃഗബലിയുടെ കാഠിന്യം കുറഞ്ഞുവന്നത്. യേശുക്രിസ്തുവിനെ ദൈവാലയത്തിൽ സമർപ്പിക്കാൻ മാതാപിതാക്കന്മാർ ദൈവാലയത്തിലെത്തിയപ്പോൾ പാരമ്പര്യ ആചാരമനുസരിച്ച് ചങ്ങാലികളെയും പ്രാവുകളെയുമാണല്ലോ സമർപ്പിച്ചത്. ബലിയേക്കാൾ ഞാൻ ആഗ്രഹിക്കുന്നത് കരുണയാണ് എന്ന യേശുവിന്റെ തിരുവചനം ഈ നിലപാടിനെ സാധൂകരിക്കുകയും ചെയ്യുന്നു.

എങ്കിലും പിശാചിന്റെ സ്വാധീനത്താൽ ആദിമാതാപിതാക്കന്മാരുടെ മൂത്തമകനായ കായേൻ അസൂയമൂത്ത് സഹോദരൻ ആബേലിനെ വധിച്ചു. അപ്പോൾ ദൈവം പ്രത്യക്ഷപ്പെട്ട്, "കായേൻ, നിന്റെ സഹോദരൻ ആബേൽ എവിടെ" എന്ന ചോദ്യത്തിലും "നിന്റെ സഹോദരന്റെ രക്തം കുടിക്കാൻ വായ്പിളർന്ന ഭൂമി ശപിക്കപ്പെട്ടതാകട്ടെ" (ഉൽപ 4:10) എന്ന ശാപവാക്കിലും വധിക്കുന്നതും രക്തം ചിന്തുന്നതും തനിക്ക് സ്വീകാര്യമല്ലെന്ന് പ്രഖ്യാപിക്കുകയുമുണ്ടായല്ലോ. ഈ പ്രഖ്യാപനത്തിൽ ദൈവമാണ് ജീവന്റെയും മരണത്തിന്റെയും നാഥനെന്ന് പ്രഖ്യാപിച്ചു. പത്തു പ്രമാണങ്ങളിലൂടെയും ദൈവത്തിന്റെ സന്ദേശം വ്യക്തമാണ് - കൊല്ലരുത്. വധവും രക്തച്ചൊരിച്ചിലും ദൈവം അംഗീകരിക്കുകയില്ല. പ്രമാണലംഘനം ശിക്ഷക്ഷണിച്ചുവരുത്തുമെന്ന് ഇവിടെയും ദൈവം വ്യക്തമാക്കുന്നു. യഹോവയുടെ സാക്ഷികൾ എന്ന വിഭാഗം ഇപ്പോഴും രക്തത്തെ അതിവിശുദ്ധമായി കരുതുന്നു. ചികിത്സാർത്ഥം പോലും അവർ രക്തം നൽകുകയോ ചികിത്സിക്കുകയോ ചെയ്യാറില്ലല്ലോ.

പ്രമാണങ്ങളും കൽപനകളും പ്രവാചകന്മാരുടെയും രാജാക്കന്മാരുടെയും ന്യായാധിപന്മാരുടെയും വാക്കുകളിലൂടെ ദൈവം മനുഷ്യന് നൽകിയിട്ടും മനുഷ്യർ അത് ശ്രദ്ധിക്കുകയോ അനുസരിക്കുകയോ ചെയ്തില്ല. അവസാനനാളുകളിൽ ദൈവം സ്വപുത്രനെ മനുഷ്യരൂപത്തിൽ ഈ ലോകത്തിലേക്ക് അയച്ചാൽ അവരിൽ നിന്ന് മനുഷ്യൻ ദൈവസ്നേഹവും ദൈവത്തിന്റെ പദ്ധതികളും സ്വീകരിക്കുമെന്ന പ്രതീക്ഷയിൽ തന്റെ ഏകജാതനെ മനുഷ്യരുടെ പാപപരിഹാർത്ഥം ലോകത്തിലേക്കയയ്ക്കാൻ തീരുമാനമെടുക്കുന്നു (ഹെബ്രായാർക്കുള്ള ലേഖനം). ഇതിന്റെ ആരംഭമാണ് മംഗളവാർത്ത. ഇതോടെ പുതിയ സ്നേഹത്തിന്റെ നിയമം അനാവൃതമാകുന്നു. മനുഷ്യരൂപത്തിൽ ത്രിത്വത്തിലെ രണ്ടാമാളായ പുത്രൻ തമ്പുരാന് പിറന്നുവീഴാൻ ഒരു മനുഷ്യസ്ത്രീയെ- പരിശുദ്ധ കന്യകാമറിയത്തെ ദൈവം തെരഞ്ഞെടുത്ത് സർവ്വപാപങ്ങളിൽനിന്ന് വിശുദ്ധീകരിച്ച് പുതിയ വാഗ്ദാന പേടകമാക്കി സജ്ജീകരിച്ചു.

ഇത് രക്തത്തെക്കുറിച്ചുള്ള ദൈവശാസ്ത്രത്തിലും സമാന്തരമായി വൈദ്യശാസ്ത്രത്തിലും വിപ്ലവാത്മകമായ പഠനങ്ങൾക്ക് വിധേയമായ കാലഘട്ടമായിരുന്നു. പഴയ നിയമ സങ്കല്പത്തിന് ബദലായി ബലിയർപ്പകനും ബലിവസ്തുവും യേശുക്രിസ്തുവായി മാറും. ഇത് സഹനത്തിന് രക്ഷാകരമായ മൂല്യം നൽകി. അന്ത്യത്താഴവേളയിൽ യേശുക്രിസ്തു അപ്പവും വീഞ്ഞും ശിഷ്യന്മാർക്ക് ആശീർവദിച്ച് നൽകിയപ്പോൾ മൊഴിഞ്ഞ തിരുവചനം- "ഇത് പാപമോചനത്തിനായി വിഭജിക്കപ്പെടുന്ന എന്റെ ശരീരവും ചിന്തപ്പെടുന്നരക്ത"വുമാണെന്നാണ്, ഇത് ഉൾക്കൊള്ളുന്നവർക്ക് യേശു നിത്യജീവനും വാഗ്ദാനം ചെയ്തു. യേശുവിന്റെ തിരുരക്തം അവിടുത്തെ കുരിശിലെ രക്തബലിക്കുശേഷം മനുഷ്യന്റെ പാപപരിഹാരത്തിനുള്ള ഒറ്റമൂലിയായി മാറി. നിരവധി ദിവ്യകാരുണ്യ അത്ഭുതങ്ങൾ ഇത് സാക്ഷ്യപ്പെടുത്തുന്നു. ക്രിസ്തുമൂല്യങ്ങൾ കാത്തുപരിപാലിക്കാനുള്ള ശ്രമങ്ങളിൽ ജീവൻ സമർപ്പിക്കപ്പെടുന്നവർ ക്രിസ്തുവിന്റെ നിണമണിഞ്ഞ കാൽപാടുകളായി ഗണിക്കപ്പെടുന്നു. സ്നേഹിതനുവേണ്ടി ജീവൻ സമർപ്പിക്കുന്നതിനേക്കാൾ വലിയ സ്നേഹമില്ലെന്ന് കുരിശിലെ രക്തസാക്ഷിത്വം വഴി യേശു ലോകത്തെ പഠിപ്പിച്ചു. ദിവ്യകാരുണ്യ സ്വീകരണം വഴി മനുഷ്യർ ക്രിസ്തുവിൽ ഒന്നാകുന്നു.

യേശുവിന്റെ ശിഷ്യന്മാർക്ക് ഈ മഹാരഹസ്യം മനസ്സിലാകാതിരുന്നതുപോലെ ഈ മഹാസത്യം സ്വീകരിക്കാത്തവരും ഭാഗികമായി അംഗീകരിക്കുന്നവരും ക്രൈസ്തവർക്കിടയിൽ ഇന്നും ഉണ്ട്.

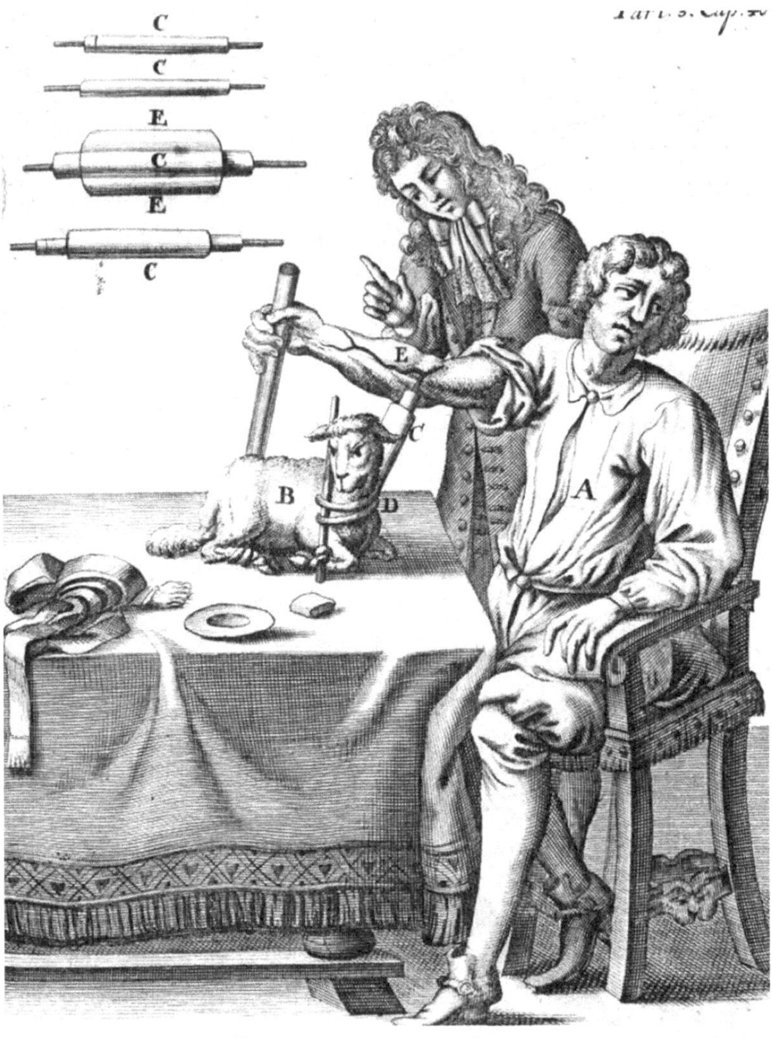

പോപ് ഇന്നസെന്റിന് രക്തമാറ്റം നടത്തിയത് കലാകാരന്റെ ഭാവനയിൽ

പുരാതന സംസ്കാരകാലത്ത് ഒരു പ്രത്യേക പ്രവൃത്തി വഴിയാണ് സ്നേഹത്തിന്റെ ഉടമ്പടി മനുഷ്യർ ഉറപ്പിച്ചിരുന്നത്. രണ്ടു വ്യക്തികൾ വിരൽത്തുമ്പിൽ സൂചികൊണ്ടോ മൂർച്ചയുള്ള ആയുധം കൊണ്ടോ മുറിവേൽപ്പിച്ച്, രക്തം പുറത്തുവരുത്തുന്നു. ഇറ്റിറ്റ് വരുന്ന രക്തത്തുള്ളികൾ കൂട്ടിച്ചേർത്ത് ഒരിക്കലും പിരിയുകയില്ല എന്ന് പ്രതിജ്ഞയെടുക്കുന്നു. ഇതായിരുന്നു രക്തത്താൽ അടയാളപ്പെടുത്തുന്ന ഉടമ്പടി. അതുതന്നെയാണ് പരിശുദ്ധ കുർബാനയിൽ യേശുവിന്റെ തിരുരക്തം സ്വീകരിക്കുന്നതുവഴി ഇന്ന് വിശ്വാസികൾ ചെയ്യുന്നത് എന്ന കാര്യം മനസ്സിലാക്കിയാൽ യേശുവെന്ന ശക്തിയും വ്യക്തിയുമായുള്ള അലംഘനീയമായ ഉടമ്പടിയാണ് തങ്ങൾ ചെയ്യുന്നതെന്ന് മനസ്സിലാക്കി ദിവ്യകാരുണ്യ ഭക്തി വർധിപ്പിക്കാൻ സാധിക്കുന്നു.

അൽപം ചരിത്രം

രക്തത്തിലാണ് ജീവൻ ഒളിച്ചിരിക്കുന്നതെന്ന് വൈദ്യശാസ്ത്രത്തിന്റെ പിതാവായ ഹിപ്പോക്രേറ്റസിന്റെ കാലം മുതൽ വൈദ്യശാസ്ത്രപണ്ഡിതർ മനസ്സിലാക്കിയിരുന്നു. അവർക്കൊന്നും രക്തത്തിന്റെ ഘടനയെക്കുറിച്ച് അറിവില്ലായിരുന്നു. 1400കളിൽ പോപ്പ് സ്ഥാനം വഹിച്ചിരുന്ന ഇന്നസെന്റ് പാപ്പയുടെ രോഗത്തിന് കാരണം 'രക്തദൂഷ്യ'മാണെന്ന് വിധിച്ച വൈദ്യന്മാർ ഈ രക്തം മാറ്റി പുതിയ രക്തം കയറ്റിയ പോപ്പിന് പൂർണസൗഖ്യം ലഭിക്കുമെന്ന് തീർപ്പാക്കി. ഒരു ഭാഗത്തുനിന്ന് പോപ്പിന്റെ രക്തം ഊറ്റിയെടുക്കുകയും മറുഭാഗത്തിലൂടെ ബലി ചെയ്യാൻ ശുദ്ധമാക്കി നിർത്തിയിരുന്ന കുഞ്ഞാടിന്റെ രക്തം കയറ്റുകയും ചെയ്തു. ഫലമോ രക്തദാതാവും സ്വീകാരിയും മരണപ്പെട്ടു. പക്ഷേ, ഈ പരീക്ഷണം മൂലം എല്ലാവരിലും കാണുന്ന രക്തം ഒരേപോലെയല്ലെന്നും മനുഷ്യ-ഇതരജീവി രക്തം ചേർന്നു പോകുകയില്ലെന്നും മനസ്സിലാക്കാൻ ഉപകരിച്ചു. ഗവേഷണങ്ങൾക്ക് പൂർണലക്ഷ്യം കൈവരിക്കാനായത് 1900-ൽ മാത്രം.

മനുഷ്യരക്തത്തെക്കുറിച്ചുള്ള അറിവ് വർധിക്കുന്നതിന് സമാന്തരമായി രക്തം ദാനം ചെയ്യുന്നതിനെക്കുറിച്ച് മനുഷ്യന് ഭീതി ക്രമാതീതമായി വർധിച്ചു. സ്വന്തം മാതാപിതാക്കന്മാർക്കോ ഉറ്റബന്ധുക്കൾക്കുപോലുമോ രക്തം നൽകാൻ ആരും സ്വമേധയാ മുമ്പോട്ട് വരാതായി. ഈ അവസരം മുതലെടുത്ത് രക്തം നൽകുന്നതിന് 'ധീരന്മാരായ' ചിലർ മുമ്പോട്ടുവന്നു. രക്തവിൽപനക്കാർ അഥവാ professional Donors എന്നറിയപ്പെട്ട ഇവർ വൻതുകയ്ക്ക് സ്വന്തം രക്തം വിൽപന നടത്തിയാണ് ശസ്ത്രക്രിയാരംഗം നിയന്ത്രിച്ചിരുന്നത്. രക്തദാനത്തിലുള്ള ശാസ്ത്രീയ മാനദണ്ഡങ്ങൾ

പ്രകാരം രക്തദാനത്തിന്റെ കാലയളവ് പതിനെട്ട് വയസ്സിനും 60 വയസ്സിനും ഇടയിലുള്ള പുരുഷന്മാർക്ക് മൂന്നു മാസത്തിലൊരിക്കലും സ്ത്രീകൾക്ക് നാലു മാസത്തിലൊരിക്കലും മാത്രമേ സാധ്യമാകൂ. അതുപോലെ രോഗാണുവിമുക്തരായിരിക്കണം ദാതാക്കൾ. സർക്കാർ അംഗീകാരമുള്ള യോഗ്യതയുള്ള ടെക്നീഷ്യന്മാർ, ബ്ലഡ് ബാങ്ക് റഫ്രിജറേറ്ററുകൾ തുടങ്ങിയ നിബന്ധനകൾ പലയിടങ്ങളിലും പാലിക്കപ്പെട്ടിരുന്നില്ല.

ഇരവിമംഗലം: ഇന്ത്യയിലാദ്യത്തെ 'രക്തസാക്ഷരതാഗ്രാമം'

പൗരോഹിത്യ സ്വീകരണത്തിനുശേഷം ഒരാഴ്ച ലീവും കഴിഞ്ഞ് എനിക്ക് ആദ്യനിയമനം കിട്ടി, പാവറട്ടി സെയ്ന്റ് ജോസഫ്സ് ഇടവകയിൽ. അറിയപ്പെടുന്ന തീർത്ഥാടനകേന്ദ്രം. സകലജാതിമതക്കാരും വിശുദ്ധ യൗസേപ്പിതാവിന്റെ മധ്യസ്ഥം തേടിവരുന്ന ഇടം. ഇതറിഞ്ഞ എന്റെ വീട്ടുകാർക്ക് വലിയ സന്തോഷമായി. "പാവർട്ടിയിലെ യൗസേപ്പു പുണ്യാളാ" എന്നത് വീട്ടിൽ ഞാൻ ചെറുപ്പം മുതലേ കേൾക്കുന്ന ഒരു സ്വയംപ്രേരിതപ്രാർത്ഥനയാണ്. മറ്റു പല കുടുംബങ്ങളിലും അങ്ങനെതന്നെ. അവിടേക്കാണ് ഞാൻ ശുശ്രൂഷയ്ക്കായി ആദ്യം പോകുന്നതെന്നറിഞ്ഞപ്പോൾ എല്ലാവർക്കും സന്തോഷം!

മാർ ജോസഫ് കുണ്ടുകുളം പിതാവും വൈദികശുശ്രൂഷ ആരംഭിച്ചത് പാവറട്ടി ഇടവകയിലാണ്. അവിടെ അദ്ദേഹം നാട്ടുകാരുടെ മുഴുവൻ ഹീറോ ആയ കഥ എനിക്കറിയാം. സകല വീടുകളിലും അദ്ദേഹം സന്ദർശനം നടത്തി. അവർക്കുവേണ്ടി പ്രാർത്ഥിച്ചു, അവരുടെ പ്രശ്നങ്ങളിൽ സജീവമായി ഇടപെട്ടു. അക്കാലത്ത് അവിടെ ചികിത്സാസൗകര്യങ്ങൾ കുറവായിരുന്നതിനാൽ, ഒരു ആശുപത്രി സ്ഥാപിക്കുകകൂടി ചെയ്തു അദ്ദേഹം. പട്ടിണിയുടെ കാലത്ത് ഇടവകാംഗങ്ങൾക്കും അല്ലാത്ത ദേശവാസികൾക്കുമായി ഒത്തിരി സഹായം നൽകി. ഞാൻ ചെല്ലുമ്പോൽ കുണ്ടുകുളം പിതാവ് അവിടെയൊരു ഇതിഹാസപുരുഷനാണ്!

അവിടെ നിന്നും സ്ഥലം മാറ്റമായപ്പോഴേക്കും കുണ്ടുകുളം പിതാവ് വിരമിച്ചു. മാർ ജേക്കബ് തൂങ്കുഴി പിതാവ് താമരശ്ശേരി ബിഷപ്പ് സ്ഥാനത്തുനിന്നും സ്ഥാനക്കയറ്റത്തോടെ തൃശ്ശൂർ അതിരൂപതാ ആർച്ച് ബിഷപ്പായി. എനിക്ക് പിതാവിനെ നേരത്തെ അറിയാമായിരുന്നു. ഇരവിമംഗലം സെയ്ന്റ് മേരീസ് ഇടവകവികാരി

ഇരവിമംഗലം സെയ്ന്റ് മേരീസ് പള്ളി ഇന്ന്

ആയിട്ടായിരുന്നു എനിക്ക് സ്ഥലമാറ്റം. 1955ൽ ചെറിയൊരു കൂട്ടായ്മ യായി ആരംഭിച്ച്, 1974 ൽ ഒല്ലൂരിൽ നിന്നു പിരിഞ്ഞ് സ്ഥാപിതമായ ഇടവക. 1997ൽ ഞാൻ എത്തുമ്പോൾ ഒരു തനി കുഗ്രാമമാണ് ഇരവി മംഗലം. രണ്ടു പഞ്ചായത്തുകൾ ഇടവകയിൽ ഉൾപ്പെടും. ഈ ഇടവകയിലെ ആദ്യത്തെ സ്ഥിരംവികാരിയായിരുന്നു ഞാൻ.

പള്ളിയും ഒരു സുബ്രഹ്മണ്യക്ഷേത്രവുമാണ് ഗ്രാമത്തിലെ എടുത്തുപറയാവുന്ന സ്ഥാപനങ്ങൾ. രാവിലെയും വൈകീട്ടും ഒരു ബസ്സ് വന്നുപോകും. വിദ്യാർഥികൾക്കും തൊഴിലാളികൾക്കും രോഗികൾക്കും തൃശ്ശൂർ നഗരത്തിൽ പോയിവരാൻ അതേയുള്ളൂ വഴി. ചെറിയൊരു ചായക്കടയല്ലാതെ ഹോട്ടലോ മറ്റോ ഇല്ല. ഒരു കോൺവെന്റ് ഇല്ല. പള്ളിവികാരിക്കുള്ള ആഹാരം ഊഴംവെച്ച് ഓരോ വീട്ടുകാരാണ് കൊണ്ടുവരിക. ഞാൻ ഇടവകയിൽ രക്തദാന പ്രസ്ഥാനം ആരംഭിച്ചതോടെ, പലരും ആഹാരവും ചായയും പല ഹാരങ്ങളുമൊക്കെ ഊഴം നോക്കാതെ കൊണ്ടുവരാൻ തുടങ്ങി. പള്ളിമേടയിൽ ആളുവരവും കൂടി. പിന്നെ, കിട്ടുന്ന ആഹാരം എല്ലാ വരുംകൂടി പങ്കുവെച്ചു കഴിക്കുന്ന സ്ഥിതി വന്നു.

ഇരവിമംഗലം കാവടി, വർണക്കുട, ആലവട്ടം, വെൺചാമരം തുടങ്ങിയ ക്ഷേത്രാലങ്കാരവസ്തുക്കളുടെ നിർമാണം കുടിൽ വ്യവ സായമായി നടക്കുന്ന ഇടമാണ്. ഇരവിമംഗലം കാവടി ഏറെ

പ്രസിദ്ധം. എഴുത്തച്ഛൻ സമുദായക്കാരാണ് ഹൈന്ദവരിൽ ഏറെയും. അവരുമായൊക്കെ ഞാൻ ചങ്ങാത്തത്തിലായി. പള്ളിമേടയിൽ അവരും വരും. ക്ഷേത്രത്തിലെ ആഘോഷ പരിപാടികളിൽ ഞാനും കൂടും. ഇരവിമംഗലംകാർ പള്ളിക്കുവേണ്ടിയും വർണക്കുടകൾ നിർമ്മിച്ചു നൽകി. അവിടെ ഊട്ടുനേർച്ചയ്ക്ക് വിളിച്ചപ്പോൾ ഞാൻ പോയി പ്രസാദം സ്വീകരിച്ചു. ക്ഷേത്രഭാരവാഹികൾക്ക് അത്ഭുതമായി. അതിനുമുൻപ് ഒരു വൈദികനും അങ്ങനെ ചെയ്തിട്ടില്ലായിരുന്നു. ഞാനാണെങ്കിൽ പള്ളിമേടയിൽ എല്ലാ ഗ്രാമവാസികൾക്കുമായി ചെറിയ തോതിൽ ചികിത്സയും ആരംഭിച്ചു. അതോടെ, ഡോക്ടറച്ചൻ എല്ലാവർക്കും സ്വീകാര്യനായി.

ഈ പഴുത് ഞാൻ ശരിക്കും ഉപയോഗിച്ചു. കേരള ബ്ലഡ് ഡോണേഴ്സ് ഫോറത്തിന്റെ തുടക്കവും പ്രവർത്തനങ്ങളും ഒക്കെ തരംകിട്ടുമ്പോഴൊക്കെ നാട്ടുകാരോട് വിശദീകരിക്കാൻ തുടങ്ങി. സുവിശേഷ പ്രഘോഷണത്തിന്റെ കൂടെ രക്തദാനത്തെക്കുറിച്ചും സംസാരിക്കുമായിരുന്നു. "യേശുവിന്റെ കാൽവരിക്കുരിശിലെ ബലിയുടെ മാനുഷികരൂപമാണ് ഇത്. നാം നമ്മളാൽ കഴിയുംവിധം ബലി അനുഷ്ഠിക്കുന്നു," തരം കിട്ടുമ്പോഴൊക്കെ ഞാൻ പറയും. ഇതിനു തുടക്കമിടാൻ എന്നെ പ്രേരിപ്പിച്ച വയനാട്ടിലെ പാവപ്പെട്ട മരംവെട്ടുകാരന്റെ കഥ ജനങ്ങളോട് പറഞ്ഞു. പങ്കുവെപ്പ്, ബലി എന്നീ ക്രൈസ്തവപുണ്യങ്ങളുമായി ബന്ധപ്പെടുത്തിയാണ് രക്തദാനത്തെക്കുറിച്ച് ഞാൻ വിശദീകരിച്ചത്. കാരണം, ജീവിതവും കർമങ്ങളും എല്ലാം അൾത്താരകേന്ദ്രീകൃതം ആയിരിക്കണമെന്ന് എനിക്ക് നിർബന്ധമുണ്ടായിരുന്നു.

"ദിവ്യബലിയുടെ ഒരു ചെറുരൂപമാണ് രക്തദാനം," ഞാൻ ഇടയ്ക്ക് ഇപ്രകാരം വിശ്വാസികളോട് പറയും. യേശു മനുഷ്യരക്ഷയ്ക്കായി കാൽവരിയിൽ തന്റെ രക്തം മുഴുവൻ ചിന്തി ജീവൻ വെടിഞ്ഞു. "നാം പക്ഷേ, നമ്മുടെ ശരീരത്തിലെ ആകെ രക്തത്തിന്റെ ചെറിയൊരു പങ്കുമാത്രമേ കൊടുക്കുന്നുള്ളൂ. അതാകട്ടെ, ഏതാനും മണിക്കൂറുകൾക്കകം ശരീരം വീണ്ടും നിർമിക്കുകയും ചെയ്യും. പക്ഷേ, ആ രക്തം ഒരു മനുഷ്യന്റെ ജീവൻ തന്നെ രക്ഷിച്ചേക്കാം. അങ്ങനെയാണ് അത് കാൽവരിബലിയുടെ ഒരു ചെറുപതിപ്പാകുന്നത്."

എയ്ഡ്സും രക്തദാനവും

എൺപതുകളുടെ പാതിയോടെ ഇന്ത്യയിലും എച്ച്.ഐ.വി. - എയ്ഡ്സ് എന്ന മാരകരോഗാവസ്ഥ പൊതുജനശ്രദ്ധയിൽ വന്നു.

ഞാൻ വൈദികശുശ്രൂഷ ആരംഭിക്കുമ്പോഴേക്കും കേന്ദ്രസർക്കാർ എയ്ഡ്സ് പ്രതിരോധ നടപടികൾ ശക്തമാക്കി. രക്തം കൊടുക്കും മുൻപ് എയ്ഡ്സ് പരിശോധന നടത്തണമെന്ന് കർശന നിർദേശം വന്നു. സർക്കാർ ശ്രദ്ധ ശക്തമായതോടെ ചോരവ്യാപാരികൾ പതുക്കെ കളംവിടാൻ തുടങ്ങി. അത് രക്തദാനപ്രസ്ഥാനത്തിന്റെ പ്രാധാന്യം വർധിപ്പിക്കുകയാണു ചെയ്തത്. പഴയതിന്റെ പല മടങ്ങ് ആളുകൾ കെ.ബി.ഡി.എഫിന്റെ സേവനം തേടിവരാൻ തുടങ്ങി. കേരളത്തിന്റെ വിവിധ ഭാഗങ്ങളിലെ ഫോറം പ്രവർത്തകരിൽ നിന്ന് വിവരങ്ങൾ കിട്ടിയതോടെ ഞാൻ ചില തീരുമാനങ്ങൾ എടുത്തു.

രക്തദാനത്തെക്കുറിച്ച് ബോധവത്ക്കരണ ക്ലാസുകൾ നടത്തുകയായിരുന്നു അവയിൽ പ്രധാനം. പോകുന്നിടത്തെല്ലാം ഞാൻ ക്ലാസുകൾ എടുക്കുമായിരുന്നു. രക്തം എന്ത്, രക്തദാനം എങ്ങനെ, അതിന്റെ ഗുണങ്ങൾ, സുരക്ഷിതത്വം, രക്തദാനത്തിന്റെ മാനുഷികവും ആത്മീയവുമായ തലങ്ങൾ തുടങ്ങിയവയെക്കുറിച്ച് ബോധവത്ക്കരണം നടത്തും. ഇങ്ങനെ എത്ര ക്ലാസുകൾ എടുത്തിട്ടുണ്ടെന്ന് കണക്കില്ല. കൂടാതെ, കോഴിക്കോട് ഇതുമായി സഹകരിച്ചവർ വന്ന് സാക്ഷ്യങ്ങൾ പറഞ്ഞു. തുടക്കത്തിൽ പുരുഷന്മാർ മാത്രമാണ് ക്ലാസുകൾക്ക് വന്നിരുന്നത്. എന്നാൽ, സ്ത്രീകളെയും കുട്ടികളെയും സാവകാശം രംഗത്തേക്കിറക്കി. കാര്യങ്ങൾ ബോധ്യപ്പെട്ടാൽ, പങ്കുവെപ്പ് എന്ന ആശയം നടപ്പിലാക്കാൻ സ്ത്രീകളാണ് എപ്പോഴും മുന്നിൽ നിൽക്കുക.

ഈ പ്രക്രിയ വളരെവേഗം മാധ്യമശ്രദ്ധ പിടിച്ചുപറ്റി. വിവിധ പത്രങ്ങളും ചാനലുകളും റേഡിയോയും റിപ്പോർട്ടുകൾ കൊടുത്തു. അതോടെ, കൂടുതൽ ആളുകൾ രംഗത്തിറങ്ങി. ക്രമേണ ഇരവിമംഗലത്ത് ഒരു ചെറു കോർഗ്രൂപ്പ് രൂപപ്പെട്ടുവന്നു. തൊഴിലൊക്കെ കഴിഞ്ഞ് അവർ പള്ളിമേടയിൽ കൂടും. അവിടെയിരുന്നാണ് ചായ കുടിയും ചർച്ചകളും. ഈ കൂട്ടായ്മയിൽ ജാതിമതഭേദമൊന്നും ഉണ്ടായിരുന്നില്ല. ചർച്ചകൾ നീണ്ടുപോകും. ഇതിനിടെ പല വീടുകളിൽനിന്നും ആഹാരം എത്തും. അവസാനം അതെല്ലാം എല്ലാവരുംകൂടി പങ്കിട്ടു കഴിച്ചിട്ടാണ് മടങ്ങുക. ബാക്കിയുണ്ടെങ്കിൽ ആവശ്യക്കാർക്ക് കൊടുത്തുവിടുകയും ചെയ്യും. എന്നെ സംബന്ധിച്ചിടത്തോളം വലിയൊരു ആത്മീയലഹരിയാണ് ഇതു പകർത്തു തന്നത്. യേശുനാഥൻ നടത്തിയ കൂട്ടായ്മകളുടെയും അപ്പം പങ്കുവെക്കലിന്റെയും ഓർമകൾ പകർന്നു തരുന്ന ലഹരി!

രക്തഗ്രൂപ്പ് നിർണയവും ഡയറക്ടറിയും

അപ്പോഴേക്കും കർമ്മപരിപാടി രൂപീകരിക്കാനുള്ള പാകം വന്നു. ഇരവിമംഗലത്തെ സകല മനുഷ്യരുടെയും രക്തഗ്രൂപ്പ് നിർണയിച്ച് തരംതിരിച്ച് മേൽവിലാസം സഹിതം രേഖപ്പെടുത്തി ഒരു ബൃഹദ് ഡയറക്ടറി പ്രസിദ്ധീകരിക്കുക. കോർഗ്രൂപ്പുകളിൽപ്പെട്ട ഞങ്ങൾ തൃശ്ശൂർ നഗരത്തിലെ ജൂബിലി മെമ്മോറിയൽ ആശുപത്രിയും ഗവ. മെഡിക്കൽ കോളജും അടക്കമുള്ള സ്ഥാപനങ്ങൾ, ഐ.എം.എ. തൃശ്ശൂർ ഘടകം എന്നിവിടങ്ങളിൽ പോയി പദ്ധതി ചർച്ച ചെയ്തു. അവസാനം, രണ്ടു ഞായറാഴ്ചകളിലായി ഗ്രാമത്തിൽ രക്തഗ്രൂപ്പ് നിർണയ ക്യാമ്പുകൾ നടത്താൻ തീരുമാനമായി.

പറയുന്നതുപോലെ ഒട്ടും എളുപ്പമായിരുന്നില്ല കാര്യങ്ങൾ. ഒരു ദിവസംകൊണ്ട് പാതി ഗ്രാമീണരുടെ രക്തഗ്രൂപ്പ് നിർണയം നടത്തണം. അങ്ങനെ, രണ്ട് ഞായാറാഴ്ച കൊണ്ട് ഇരവിമംഗലത്തെ എല്ലാവരുടെയും രക്തഗ്രൂപ്പുകൾ നിർണയിക്കപ്പെടും, അതോടെ അത് സമ്പൂർണ രക്തസാക്ഷരതാഗ്രാമം ആയി മാറും. ഇതിനായി വിപുലമായ സംഘടനാക്രമീകരണങ്ങളാണ് നടത്തിയത്. ഇരവിമംഗലം ഗ്രാമം ഉൾപ്പെടുന്ന പുത്തൂർ, നടത്തറ പഞ്ചായത്തുകളുടെയും പ്രസിഡന്റുമാരും ഭരണസമിതി അംഗങ്ങളും ഗ്രാമത്തിലെ പ്രമുഖ വ്യക്തികളും ഉൾപ്പെടുന്ന വിവിധ കമ്മിറ്റികൾ നിലവിൽ വന്നു. കൂടാതെ, പ്രവർത്തനങ്ങൾ ഏകോപിപ്പിക്കാനായി ഒരു മേൽനോട്ട സമിതിയും രൂപീകരിച്ചു. നാനാജാതിമതസ്ഥർ ഒത്തുകൂടിയ യോഗം എന്നെയാണ് ഐകകണ്ഠ്യേന ചെയർമാനായി നിശ്ചയിച്ചത്. വൈസ് ചെയർമാരായി സർവശ്രീ എ.ആർ. രാമൻ, ടി.കെ. മാധവൻ, വിലാസിനി ഇക്കണ്ടൻ എന്നിവരെ തെരഞ്ഞെടുത്തു. മറ്റു ഭാരവാഹികൾ താഴെപ്പറയുന്നവരാണ്.

ജനറൽ കൺവീനർ:

പി.വി. ഗോപിനാഥൻ

ജോയിന്റ് ജനറൽ കൺവീനർമാർ:

വി.വി. മനോജ്കുമാർ, എം.ഐ. ഫ്രാൻസീസ്, എം.ജി. ജോയ്

ഖജാൻജി:

എ.ആർ. രവി

ഉപസമിതികളുടെ കൺവീനർമാർ പ്രചാരണ പ്രവർത്തനം:

എം.ഡി. ബാബു

രക്തഗ്രൂപ്പിംഗ്:

കെ. ബൈജു

സ്വീകരണക്കമ്മിറ്റി:

ഇ.കെ. നാരായണൻ

പൊതുയോഗം:

വി.കെ. നന്ദനൻ

സന്നദ്ധസേവനം:

കെ.സി. രാജൻ

നിർവാഹക സമിതി അംഗങ്ങൾ:

എം.ഒ. ഡൊമിനിക്, വി.കെ. ശങ്കരനാരായണൻ, എ.എ. ഔസേപ്പ്, പി.വി. ചന്ദ്രൻ, എം.ഡി. ഫ്രാൻസിസ്, പി. ഭുവനദാസ്, വി.കെ. മോഹനൻ, കെ.ഐ. ആന്റണി, കെ.ഐ. വറീത്, ഇ.ആർ. ജയപ്രകാശ്, കെ. ഗോപാലൻ നായർ, വി.കെ. ശശി, ടി.സി. ദീപിനി, പി.എൻ. രാമൻ, എൻ. ചന്ദ്രശേഖരമാരാർ, എം.എ. ഉണ്ണികൃഷ്ണൻ, പി.എ. ചന്ദ്രൻ മാസ്റ്റർ, റ്റി.എം. രാജീവ്, പി. രവീന്ദ്രൻ, എ.ആർ. നാരായണൻ മാസ്റ്റർ, വി.കെ. അനിൽ.

തുടർന്നു നടന്ന യോഗങ്ങളിൽ ഗ്രാമത്തെ പത്തു മേഖലകളായി തിരിച്ച് അതിർത്തികൾ നിശ്ചയിക്കാനും ഓരോന്നിനും ഓരോ ലീഡറെ ഏൽപ്പിക്കാനും തീരുമാനമായി. ഇവയിൽ ആദ്യത്തെ അഞ്ചു മേഖലകളിൽ 1997 സെപ്തംബർ 21നും ബാക്കി അഞ്ചിൽ സെപ്തംബർ 28നും രക്തഗ്രൂപ്പ് നിർണയ ക്യാമ്പുകൾ നടത്താനും നിശ്ചയിച്ചു. ഇനിപ്പറയുന്നവരാണ് യഥാക്രമം മേഖലാ ലീഡർമാർ.

1. എം.ഒ. ഡൊമിനിക്ക്, 2. എം.ഡി. ഫ്രാൻസീസ്, 3. വി.കെ. ശശി, 4. റ്റി.എം. രാജീവ്, 5. എ.എ. ഔസേപ്പ്, 6. പി. ഭുവൻദാസ്, 7. ഇ.ആർ. ജയപ്രകാശ്, 8. വി.കെ. മോഹനൻ, 9. വി.കെ. ശങ്കരനാരായണൻ, 10. വി.കെ. അനിൽ

ഇത്രയുമായതോടെ പദ്ധതി ഗ്രാമജനത ഒന്നടങ്കം ഏറ്റെടുത്തു. ആകെ ഒരു ഉത്സവപ്രതീതിയായിരുന്നു പിന്നീട്. രക്തഗ്രൂപ്പ് നിർണയ ക്യാമ്പുകൾ നടക്കുന്ന രണ്ടു ഞായറാഴ്ചകളിലും ആരും ഗ്രാമം വിട്ടു പോകുകയില്ല എന്ന് ഉറപ്പാക്കി. ജനങ്ങളെ ആവേശം കൊള്ളിക്കുന്ന മുദ്രാവാക്യങ്ങൾ പോസ്റ്ററുകളായും ചുമരെഴുത്തുകളായും ഗ്രാമം മുഴുവൻ നിറഞ്ഞു. ആവേശോജ്ജ്വലമായ മുദ്രാവാക്യങ്ങളായിരുന്നു മറ്റൊരു സവിശേഷത. ഞങ്ങളെല്ലാവരും ശ്രദ്ധാപൂർവ്വം കൂടിയാലോചിച്ചാണ് അവ തയ്യാറാക്കിയത്.

"സ്നേഹവിപ്ലവം രക്തദാനത്തിലൂടെ"

"വിൽപ്പനരക്തം വിഷരക്തം"

കുണ്ടുകുളം പിതാവിന്റെ വാക്കുകൾ കടമെടുത്ത് തയ്യാറാക്കിയ ഒരു മുദ്രാവാക്യം ഇതാ: "എവിടെ സ്നേഹവിപ്ലവം പരാജയപ്പെടുന്നുവോ അവിടെ രക്തവിപ്ലവം!"

ഡോ. സുകുമാർ അഴീക്കോട്

ഞങ്ങളെ തുടക്കം മുതൽ പിന്തുണച്ച പ്രശസ്ത സാഹിത്യകാരനും പ്രഭാഷകനുമായ പ്രൊഫ. സുകുമാർ അഴീക്കോട് പറഞ്ഞ ഒരു വാചകവും മുദ്രാവാക്യം പോലെയായി - ബാബ്റി മസ്ജിദ് തകർച്ചയുമായി ബന്ധപ്പെടുത്തിയായിരുന്നു അത്: "ഉത്തരേന്ത്യയിൽ ചോരപ്പുഴ ഒഴുകുമ്പോൾ, കേരളത്തിൽ രക്തഗംഗ ഒഴുകുന്നു."

പ്രചാരണ വിഭാഗത്തിന്റെ ചുമതല വഹിച്ചിരുന്ന സബ് കമ്മിറ്റി കൺവീനർ എം ഡി ബാബുവിന് അഴീക്കോട് സാറുമായി നേരത്തെ അടുപ്പമുണ്ടായിരുന്നു. അങ്ങനെ അദ്ദേഹം പലപ്പോഴും ഇരവിമംഗലത്തു വന്ന് ആവേശോജ്വലമായ പ്രഭാഷണങ്ങൾ നടത്തി. അവസാനം അദ്ദേഹം തന്റെ സ്ഥിരതാമസം തന്നെ ഈ ഗ്രാമത്തിലേക്കു മാറ്റി. ഇവിടെ താമസിക്കവേയാണ് വാർധക്യത്തിൽ ആ മഹാൻ അന്തരിച്ചത്. അവിവാഹിതനായ അദ്ദേഹത്തോടൊപ്പം അവസാനംവരെ ബാബുവും ഉണ്ടായിരുന്നു. പ്രൊഫ. സുകുമാർ അഴീക്കോട് സാറിന്റെ ഓർമകൾക്കു മുന്നിൽ കൂപ്പുകൈ.

കുഞ്ഞുണ്ണി മാഷ്

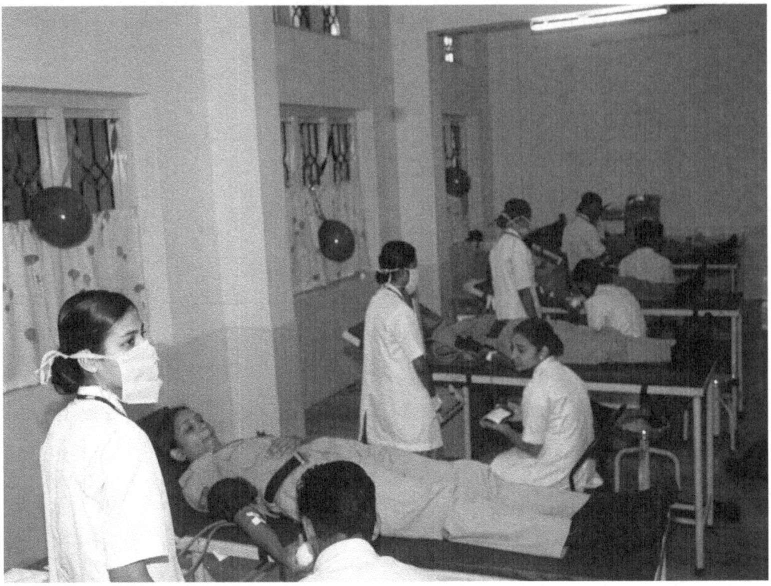

രക്തദാന ക്യാമ്പ്

കവിയും തൃശ്ശൂർ വലപ്പാട് സ്വദേശിയുമായ കുഞ്ഞുണ്ണി മാസ്റ്ററാണ് രക്തദാന പ്രസ്ഥാനത്തെ സാഹിത്യത്തിലൂടെ പിന്തുണച്ച് ശ്രദ്ധേയനായ മറ്റൊരു വ്യക്തി. അദ്ദേഹം അധ്യാപകനായി കോഴിക്കോട് ശ്രീരാമ കൃഷ്ണ മിഷൻ സ്കൂളിൽ ഉണ്ടായിരുന്ന കാലം മുതലേ ഞാൻ സമ്പർക്കം പുലർത്തിയിരുന്നു. ഞാൻ ഒന്നു സൂചിപ്പിച്ചാൽ മതി, പോസ്റ്റ് കാർഡിൽ രക്തദാനപ്രോത്സാഹനാർത്ഥം മുദ്രാവാക്യ സമാനമായ കുഞ്ഞിക്കവിതകൾ അയച്ചുതരും. ആ മഹാസാഹിത്യകാരനെയും ആദരപൂർവ്വം ഇത്തരുണത്തിൽ സ്മരിച്ച് നമസ്കരിക്കുന്നു.

വൻവിജയമായ ക്യാമ്പുകൾ

നിരവധി പ്രതിസന്ധികൾ നേരിട്ടാണ് ഈ പരിപാടി വിജയിപ്പിച്ചത്. എന്റെ പരക്കംപാച്ചിലുകൾ കണ്ട് അഭിവന്ദ്യ മെത്രാപ്പൊലീത്ത മാർ ജേക്കബ് തൂങ്കുഴി പിതാവ് വലിയൊരു സഹായം ചെയ്തു. എന്നെ ജൂബിലി മെഡിക്കൽ മിഷൻ ആശുപത്രിയുടെ അസിസ്റ്റന്റ് ഡയറക്ടറായി നിയമിച്ചു. അതോടെ ക്യാമ്പിനുള്ള ഒരുക്കങ്ങൾ നടത്താൻ പലവഴികളും തുറന്നുകിട്ടി. രക്തഗ്രൂപ്പ് നിർണയത്തിന് ആവശ്യമായ രണ്ടേകാൽ ലക്ഷം രൂപ വിലവരുന്ന

ആന്റിസിറം സൗജന്യമായി ലഭിച്ചത് അങ്ങനെയാണ്. ഞാനുമായി ഔദ്യോഗികമായി ബന്ധപ്പെട്ടിരുന്ന ഒരു ബയോമെഡിക്കൽ കമ്പനി യുടെ കേരളത്തിന്റെ ചുമതലയുള്ള ജനറൽ മാനേജർ എ.വി. തോമസാണ് ഇതിനു കാരണക്കാരൻ. ഈ ദൗത്യത്തെക്കുറിച്ച് ബോധ്യപ്പെടുത്തിയാണ് ഈ സ്പോൺസർഷിപ്പ് നേടിയത്.

തൃശ്ശൂർ നഗരത്തിലെ പ്രധാനപ്പെട്ട എല്ലാ ആശുപത്രികളിലും ഐ.എം.എയിലും നിന്നുള്ള പാരാമെഡിക്കൽ സ്റ്റാഫ് സകല സാങ്കേതിക സംവിധാനങ്ങളും സഹിതം നിശ്ചിത ദിവസം ഇരവി മംഗലത്ത് എത്തി. വിവിധ കമ്മിറ്റിക്കാർ അഞ്ച് മേഖലാ ക്യാമ്പു കളിലും അവരെ സ്വീകരിച്ച് സൗകര്യങ്ങൾ ചെയ്തു. യാതൊരു പ്രതിഫലവും വാങ്ങാതെയാണ് അവർ വന്നത്. ആഹാരവും ചായയും മാത്രമേ ഞങ്ങൾക്ക് നൽകേണ്ടിവന്നുള്ളൂ. അതാകട്ടെ, നാട്ടുകാർ മത്സരിച്ചുതന്നെ നിർലോപം നൽകി. എല്ലാ ഗ്രാമീണ രേയും ക്യാമ്പുകളിലെത്തിക്കാൻ സ്ക്വാഡുകൾ ചുറ്റി നടന്നു. മുത്തു ക്കുടകളും മുദ്രാവാക്യങ്ങളും കൊടിതോരണങ്ങളുമായി ഗ്രാമമാകെ ഉത്സവപ്രതീതി!

വമ്പിച്ച മാധ്യമശ്രദ്ധയാണ് തുടക്കം മുതൽ ഈ പ്രസ്ഥാനത്തിനു ലഭിച്ചത്. ആദ്യ ഞായറാഴ്ച തന്നെ എല്ലാ മാധ്യമപ്രതിനിധികളും എത്തി. തലേന്നുതന്നെ മാധ്യമങ്ങൾക്ക് അറിയിപ്പു കൊടുത്തിരുന്നു. ഒന്നാം ക്യാമ്പിന്റെ വിവരമറിഞ്ഞ് പിറ്റേ ഞായറാഴ്ചയിലെ ക്യാമ്പിന് 'ദ് വീക്ക്' എന്ന ദേശീയ ആനുകാലികത്തിന്റെ വലിയൊരു റിപ്പോർ ട്ടിംഗ് സംഘം വന്നെത്തി. ഭാരവാഹികളും നാട്ടുകാരുമായി വിശദ മായ അഭിമുഖങ്ങൾ നടത്തുകയും ധാരാളം ചിത്രങ്ങൾ എടുക്കു കയും ചെയ്തു. പിറ്റേമാസം അതിലെ കവർ സ്റ്റോറി ഇരവി മംഗലത്തെ സമ്പൂർണ രക്തഗ്രൂപ്പ് സാക്ഷരതായജ്ഞം ആയിരുന്നു!

ആകാശവാണിയുടെ എല്ലാ നിലയങ്ങളും ഇതിനെക്കുറിച്ച് പരി പാടികൾ പ്രക്ഷേപണം ചെയ്യുകയുണ്ടായി. ഒരിക്കൽ ലക്ഷദ്വീപിൽ പോയപ്പോൾ കവരത്തി സ്റ്റേഷൻ ഡയറക്ടർ എന്നെ വിളിച്ച് റേഡിയോയിലൂടെ ഒരു പ്രക്ഷേപണം നടത്തിച്ചു.

മറ്റൊരിക്കൽ വത്തിക്കാനിൽ പോയപ്പോൾ വത്തിക്കാൻ റേഡി യോയുടെ മലയാള വിഭാഗം എന്റെ പ്രഭാഷണം പ്രക്ഷേപണം ചെയ്തു. അത് ആറു തവണയാണ് അവർ പുനഃപ്രക്ഷേപണം ചെയ്തത്. ആകാശവാണിയാകട്ടെ, ജൂൺ 14നും ഒക്ടോബർ ഒന്നിനും എന്റെ പ്രഭാഷണം വീണ്ടും വീണ്ടും കുറെക്കാലം കേൾപ്പി ക്കുമായിരുന്നു. മാത്രമല്ല, എവിടെ ഞാൻ എന്തു പ്രസംഗത്തിനു പോയാലും അറിയാതെ രക്തദാനത്തിലേക്ക് വന്നുപോകും.

ഇരവിമംഗലം സമ്പൂർണ്ണ രക്തഗ്രൂപ്പ് സാക്ഷരതാഗ്രാമമായി പ്രഖ്യാപിച്ചതിന്റെ സ്തൂപം

'ബ്ലഡ് പാൽസ്'

മൂന്നു മുതൽ 60 വരെ പ്രായമുള്ള ഗ്രാമീണരെയാണ് രക്ത ഗ്രൂപ്പ് നിർണയത്തിന് പരിഗണിച്ചത്. അവർ മൊത്തം ഏഴായിര ത്തോളം വരുന്ന ജനങ്ങളുടെ 95 ശതമാനം വരുമായിരുന്നു. മൊത്തം ജനങ്ങളിൽ ഏഴു ശതമാനമായിരുന്നു നെഗറ്റീവ് ഗ്രൂപ്പുകാർ. എല്ലാ ഗ്രൂപ്പു നിർണയ ടീമുകളും തന്ന പേരും ഗ്രൂപ്പും അടങ്ങിയ പട്ടിക കൾ സമാഹരിച്ച് ഞങ്ങൾ ക്രോഡീകരണം നടത്തി. ഓരോ ഗ്രൂപ്പ് ശീർഷകത്തിനും കീഴിൽ ആളുകളുടെ പട്ടിക ചേർത്തു. ഓരോരു ത്തരുടെയും വീട് സ്ഥിതി ചെയ്യുന്ന സ്ഥലം എളുപ്പം കണ്ടെത്താ നുള്ള സൂചനകളും നൽകി. ഫോൺ അധികമില്ലാത്ത കാലം. ആരെ ങ്കിലും രക്തം ആവശ്യപ്പെട്ടു വന്നാൽ ഉടനെ ഉചിതമായ ദാതാ വിനെ കണ്ടെത്തി ബന്ധപ്പെടണമല്ലോ. ശാസ്ത്രീയമായി ഇതു തയ്യാ റാക്കൽ ബൃഹത്തായ ഒരു യജ്ഞമായിരുന്നു. ജനങ്ങളുടെ സഹ കരണത്തോടെ ഇതു തയ്യാറാക്കി പ്രസിദ്ധീകരിച്ചപ്പോൾ ഇരവി മംഗലം വലിയൊരു പദവിയിലെത്തി – 'ഇന്ത്യയിലാദ്യത്തെ സമ്പൂർണ രക്തഗ്രൂപ്പ് സാക്ഷരതാഗ്രാമം!'

പ്രൗഢഗംഭീരമായ ചടങ്ങിൽവച്ച് പ്രൊഫ. സുകുമാർ അഴീക്കോ ടാണ് പ്രഖ്യാപനം നടത്തിയത്. ഇതിൽ നിന്നു പ്രചോദനം ഉൾ ക്കൊണ്ട് വെളപ്പായ, പേരാമ്പ്ര, അഴീക്കോട് എന്നീ ഗ്രാമങ്ങളും സമ്പൂർണ രക്തസാക്ഷരത നേടി. തേറമ്പിൽ രാമകൃഷ്ണൻ, കെ.പി. വിശ്വനാഥൻ, ജസ്റ്റിസ് ആർ ബസന്ത് എന്നിവരാണ് അവിടങ്ങളിൽ പ്രഖ്യാപനം നടത്തിയത്.

ഡയറക്ടറിയിലെ വിവരങ്ങൾ മറ്റൊരു രീതിയിൽ ക്രോഡീകരിച്ച് ഓരോരോ കുടുംബത്തിനും ഓരോ രക്തഗ്രൂപ്പ് കാർഡ് നൽകി. അതിൽ അംഗങ്ങളുടെ പേരും രക്തഗ്രൂപ്പും പട്ടികപ്പെടുത്തിയിരുന്നു. ഇത്രയും ആയതോടെ, തൃശ്ശൂരിൽ നിന്നും മറ്റുനാടുകളിൽ നിന്നും അത്യാവശ്യം രക്തം വേണ്ടവർ ഇരവിമംഗലത്തേക്ക് എത്തിത്തുടങ്ങി. അവരാകട്ടെ, പലപ്പോഴും ജോലിയും പഠനവും പോലും മാറ്റിവെച്ച് രക്തം കൊടുക്കാൻ പായും! മൂന്നു തവണ രക്തദാനം ചെയ്തവർക്ക് ഒരു സർട്ടിഫിക്കറ്റ് നൽകുമായിരുന്നു. പിന്നീട് അവർക്ക് രക്തം വേണ്ടിവന്നാൽ മുൻഗണനാക്രമത്തിൽ ലഭിക്കും എന്നായിരുന്നു വ്യവസ്ഥ.

രക്തദാനവും സ്വീകരണവും ഒരിക്കലും ഒരു യാന്ത്രികപ്രക്രിയയാകരുതെന്ന് എനിക്ക് താൽപ്പര്യമുണ്ടായിരുന്നു. രക്തം ദാനം ചെയ്താൽ, അതു സ്വീകരിക്കുന്നയാൾ തന്റെ ചോരയാൽ സൗഖ്യപ്പെട്ടു തുടങ്ങുന്നത് ദാതാവ് കാണണം. അപ്പോൾ അവർക്കിടയിൽ ഒരുതരം ആത്മീയരക്തബന്ധം സ്ഥാപിതമാകും. അവർ അങ്ങനെ "രക്തബന്ധുക്കൾ" അഥവാ Blood Pals ആയിത്തീരും എന്നായിരുന്നു ഞാൻ വിഭാവനം ചെയ്തത്. ഇത് വലിയൊരു ബന്ധമാണ്. കൊടുത്തയാൾക്ക് യാതൊരു നഷ്ടവുമില്ല. കേവലം 15 മണിക്കൂർ കൊണ്ട് പോയ രക്തം ശരീരം പുനഃസൃഷ്ടിച്ചുകൊള്ളും – ആവശ്യത്തിനു വെള്ളം കുടിച്ചാൽ മാത്രം മതി. ഒരിക്കൽ ഒരു തീവണ്ടി യാത്രയിൽ ഒരാൾ എന്നെ തിരിച്ചറിഞ്ഞ് നന്ദിപൂർവ്വം അടുത്തു വന്നു. വർഷങ്ങൾക്കു മുൻപ് എന്റെ രക്തം സ്വീകരിച്ച വ്യക്തിയായിരുന്നു അത്!

ഒരിക്കൽ വളരെ അസുലഭമായ എ ബി നെഗറ്റീവ് രക്തം അത്യാവശ്യം വേണ്ടിവന്നു. കേരളത്തിൽ അന്നേരം അത് ലഭ്യമായില്ല. അതോടെ ദേശീയ ഇംഗ്ലീഷ് പത്രങ്ങളിൽ അറിയിപ്പു കൊടുത്തു. അതു കണ്ട് ബോംബെയിൽ നിന്നാണ് ഒരു വിളി വന്നത്- ഒരു ഇടത്തരം ബിസിനസുകാരൻ. ഞാൻ കാര്യം പറഞ്ഞു ബോധ്യപ്പെടുത്തി. പിറ്റേന്നുതന്നെ അദ്ദേഹം വിമാനത്തിൽ പറന്നെത്തി; അത്യാവശ്യമായ രക്തം ദാനംചെയ്തു. ഇത്ര ത്യാഗം സഹിച്ച ആ മനുഷ്യന് എന്തെങ്കിലും പാരിതോഷികം നൽകണമെന്ന് ഞങ്ങൾ ആഗ്രഹിച്ചു. പക്ഷേ, ഒരു കപ്പ് കാപ്പിയല്ലാതെ മറ്റൊന്നും ആ മനുഷ്യസ്നേഹി സ്വീകരിച്ചില്ല. "It is my Pleasure" എന്നു മാത്രം പറഞ്ഞിട്ട് അദ്ദേഹം സ്വന്തം ചെലവിൽതന്നെ തിരിച്ചു പറന്നു. രക്തദാനത്തെ ഒരിക്കലും പണവുമായി കൂട്ടിക്കെട്ടരുത് എന്ന എന്റെ ഉറച്ച നിലപാടിന്റെ സാധൂകരണമായി ഈ സംഭവം.

എ ബി പോസിറ്റീവ് ഗ്രൂപ്പുകാരനായ ഞാൻ ഇതുവരെ 77 തവണ രക്തദാനം നടത്തി. ഒരിക്കൽപ്പോലും സ്വീകരിക്കേണ്ടിവന്നില്ല. പ്രമേഹം വന്നതോടെയാണ് ഞാൻ രക്തദാനം ദുഃഖപൂർവ്വം നിറുത്തിയത്. കോവിഡ് വന്ന് ജൂബിലി മിഷൻ ആശുപത്രിയിൽ കിടന്നപ്പോഴും എനിക്ക് രക്തം സ്വീകരിക്കേണ്ടിവന്നില്ല. അക്കാലത്ത് അവിടെമാത്രം 16 വൈദികരാണ് ആ പകർച്ചവ്യാധിയാൽ മരിച്ചത്. ചെറുപ്പക്കാരായ മറ്റ് 32 പേരും മരിച്ചു. മറ്റ് ആശുപത്രികളിൽ പോയി ശ്വാസകോശം കേടായി വന്നവരായിരുന്നു അവരിലേറെപ്പേരും.

സർക്കാർ ആനുകൂല്യങ്ങൾ

രക്തദാനം സംബന്ധിച്ച് ഞങ്ങൾ സർക്കാരിന് നിരവധി നിവേദനങ്ങൾ നൽകിയിരുന്നു. ഒരു കുപ്പി രക്തം കൊടുക്കുന്നയാൾക്ക് 30 രൂപ പ്രതിഫലം നൽകുന്നത് നിറുത്തൽ ചെയ്തു എന്നതാണ് അതിന്റെ പ്രധാന ഫലങ്ങളിലൊന്ന്. പ്രതിഫലത്തിനുവേണ്ടി രക്തം കൊടുക്കുക എന്ന ആശയം അപകടം ചെയ്യും. രക്തദാതാക്കളായ ജോലിക്കാർക്ക് അന്നേദിവസം ശമ്പളത്തോടെ അവധി അനുവദിച്ചുകൊണ്ട് സർക്കാർ ഉത്തരവിറക്കി. അതുപോലെ, ജയിലുകളിൽ ഒരു കുപ്പിക്ക് 15 ദിവസം എന്ന കണക്കിൽ ഇളവു നൽകിയത് വലിയൊരു നേട്ടമാണ്. രക്തദാനം നടത്തിയവർക്ക് ടീഷർട്ടുകൾ പോലുള്ള പാരിതോഷികങ്ങൾ നൽകി സ്വകാര്യമേഖലയും വലിയ പിന്തുണ തന്നു.

കാര്യങ്ങൾ ഇങ്ങനെയൊക്കെ നടന്നെങ്കിലും എന്റെ കൈയിൽ നിന്ന് പണം കുറെ ചെലവായി. കാര്യമായ വരുമാനമില്ലാത്ത ഈ ഗ്രാമീണ ദേവാലയത്തിൽ ശുശ്രൂഷ ചെയ്യുന്ന വൈദികർക്ക് കഷ്ടി ജീവിക്കാനുള്ള വക മാത്രമേ കിട്ടുകയുള്ളൂ. ഒരിക്കൽ അഭിവന്ദ്യ കുണ്ടുകുളം പിതാവ് എനിക്ക് 100 രൂപ തന്ന് സഹായിച്ചു! അന്ന് വലിയൊരു തുകയായിരുന്നു അത്. ഞാനൊരു പുരോഹിതനായിക്കാണാൻ ഏറ്റവുമധികം ആഗ്രഹിച്ച അമ്മൂമ്മയായിരുന്നു എന്നെ ഏറ്റവുമധികം സാമ്പത്തികമായി സഹായിച്ച വ്യക്തി. പലരും കൊടുക്കുന്ന ചെറിയ ചെറിയ തുകകൾ കൂട്ടിവെച്ച് ആ മഹതി എനിക്ക് തരുമായിരുന്നു.

കുണ്ടുകടവിൽ ബാലകൃഷ്ണൻ എന്ന രക്തസാക്ഷി

ഇരവിമംഗലം എന്ന രക്തദാന ഗ്രാമത്തിന്റെ വലിയൊരു ദുഃഖമാണ് ബാലകൃഷ്ണൻ എന്ന യുവാവ്. പൊലീസിൽ ചേരാൻ

രക്തദാന യജ്ഞത്തിന്റെ ഭാഗമായി ഇരവിമംഗലം പഞ്ചായത്ത്
നിർമ്മിച്ച സ്മാരകം

ടെസ്റ്റെഴുതി പാസ്സായി നിൽക്കുകയായിരുന്നു അവൻ. ഒരുനാൾ വളണ്ടിയർമാർ അവനെ തേടിയെത്തി- അടിയന്തിരമായി 'ഒ' നെഗറ്റീവ് രക്തം വേണം. മടിച്ചിരിക്കാതെ ചാടിയിറങ്ങി കിട്ടിയ വണ്ടികളിൽ അവൻ ലക്ഷ്യസ്ഥാനമായ ജില്ലാ ആശുപത്രിയിലേക്ക് പാഞ്ഞു. അതിനിടെ ഒരു ബസ്സിന്റെ ചവിട്ടുപടിയിൽ നിന്ന് യാത്ര ചെയ്യേണ്ടിവന്നു അവന്. ആ പോക്കിൽ ബസ്സ് സൈഡു കൊടുക്കവേ ബാലകൃഷ്ണന്റെ തല റോഡരികിലെ പോസ്റ്റിലിടച്ചു തൽക്ഷണം ആ ചെറുപ്പക്കാരൻ മരിച്ചുപോയി. പിറ്റേന്ന് പോസ്റ്റുമാൻ അവന്റെ നിയമനക്കത്തുമായി വന്നു!

അത്യധികം വികാരനിർഭരമായിരുന്നു ബാലകൃഷ്ണന്റെ അമ്മ ആ കത്ത് ഏറ്റുവാങ്ങിയ രംഗം. ഇരവിമംഗലം ഒന്നാകെ അവനു വേണ്ടി കണ്ണീരൊഴുക്കി. രക്തദാന പ്രസ്ഥാനത്തിനുവേണ്ടി സ്വന്തം മകനെ ദാനം ചെയ്ത ആ മാതാവ് എത്ര മഹത്വപ്പെട്ടവൾ! ദിവസങ്ങളോളം ബാലകൃഷ്ണനെപ്രതി ഞാൻ വിലപിച്ചുകൊണ്ടിരുന്നു.

അവസാനം, എന്റെ സ്ഥലംമാറ്റത്തിനു സമയമായി, അഭിവന്ദ്യ മാർ ജേക്കബ് തൂങ്കുഴി പിതാവ് എനിക്കു നൽകിയ സ്ഥലം മാറ്റം. ഇരവിമംഗലം സെയ്ന്റ് മേരീസ് പള്ളിയുടെ പുരോഹിതനായിട്ടാണ് പിതാവ് എന്നെ നിയമിച്ചത്. ഞാൻ മടങ്ങിയതോ, ഇരവിമംഗലം ഗ്രാമത്തിന്റെ പുരോഹിതനായിട്ടും. ആ കാലഘട്ടത്തിന്റെ ഓർമ്മയ്ക്കായി ഒരു സ്മാരകം പഞ്ചായത്ത് അവിടെ സ്ഥാപിച്ചിട്ടുണ്ട്.

18th B'day Pledge

ഹൈസ്കൂൾ ബോധവൽക്കരണത്തിന്റെ ഭാഗമായി, വിദ്യാർത്ഥികളിൽ രക്തദാനാവേശം നിലനിൽക്കുക എന്ന ലക്ഷ്യത്തോടെ തുടങ്ങി പച്ച പ്രതിജ്ഞയുടെ മാതൃക കാണാം:

I, George K.J. (DOB.........) hereby promise to celebrate may 18th B'day by donating my blood to a deserving patient, in a govt. recognised Blood Bank, which enables me to be a member of the Blood Donation Army of love.

Date.... Signature

ഈ ബോധവൽക്കരണത്തിനു ശേഷം വളരെയധികം 18-ാം ജന്മദിനാഘോഷങ്ങൾ രക്തബാങ്കുകളിൽ നടന്നത് അഭിമാനത്തോടെ ഇവിടെ സ്മരിക്കുന്നു.

രക്തദാനാനന്തരനിർവൃതി

പതിവായി രക്തദാനം ചെയ്യുന്നത് ശീലമാക്കിയ ചില നല്ല മനുഷ്യരെ പരിചയപ്പെടാൻ ഇടയായിട്ടുണ്ട്. ഈശോ സഭാംഗമായി ചെന്നൈയിൽ സേവനമനുഷ്ഠിക്കുന്ന ഒരു വൈദികൻ ഫാദർ ജെറി റൊസേറിയോ ഓരോ മൂന്നുമാസത്തിലും രക്തം ദാനം ചെയ്യും. ചിലപ്പോൾ നിയമം ലംഘിച്ച് രണ്ടുമാസം കഴിയുമ്പോൾ രക്തം നൽകുന്നുണ്ടെന്നും എനിക്കറിയാം. അതിനു കാരണം ഉണ്ട്. അദ്ദേഹത്തിന്റെ രക്തം അപൂർവ ഇനത്തിൽപ്പെട്ട ഒ നെഗറ്റീവ് ആണ്. ലഭിക്കാൻ വലിയ ബുദ്ധിമുട്ടാണ്. അല്പം രക്തം കുത്തിവെച്ചാൽ ഒരു ജീവൻ രക്ഷിക്കാൻ ആകും എന്നതിനാൽ റിസ്ക് എടുത്തുകൊണ്ടുതന്നെ അദ്ദേഹം ഓടിയെത്തും. എന്റെ അറിവ് അനുസരിച്ച് 150 ഓളം പ്രാവശ്യം അദ്ദേഹം രക്തദാനം ചെയ്തിട്ടുണ്ട്. ഒരു ഡോക്ടറേറ്റ് ബിരുദമുള്ള ആ ജസ്യൂട്ട് വൈദികനെ കാണാൻ ചെന്നൈയിൽ ഫിലോസഫി പഠിക്കുന്ന 1981 കാലഘട്ടത്തിൽ എനിക്ക് ഭാഗ്യം ലഭിച്ചിട്ടുണ്ട്. ബോധ്യത്തിന്റെ ശോഭ അദ്ദേഹത്തിന്റെ മുഖഭാവത്തിൽ നിന്ന് വായിച്ചെടുക്കാമായിരുന്നു.

ഒരു കാര്യം മാത്രമാണ് ഞാൻ അദ്ദേഹത്തിനോട് ചോദിച്ചത്. ഗവേഷണത്തിന്റെ തിരക്കിനിടയിൽ ഓടിവന്ന് ഇത്രയധികം പ്രാവശ്യം രക്തദാനം ചെയ്യാനുള്ള പ്രേരണ എന്താണ്? അദ്ദേഹം കഴുത്തിലണിഞ്ഞിരുന്ന സ്റ്റീൽ മാലയുടെ അഗ്രത്തിൽ തൂങ്ങിക്കിടന്നിരുന്ന കുരിശുരൂപം ഉയർത്തി എന്നോട് പറഞ്ഞു.

എക്സ്റ്റസി (Ecstacy) നിർവൃതി എന്നർത്ഥം.

അതേ രക്തം ദാനം ചെയ്തു നാം ആർക്കുവേണ്ടി ഈ സൽപ്രവർത്തി ചെയ്യുന്നു ആ രോഗിയെ സന്ദർശിച്ച് പ്രാർത്ഥനാപൂർവ്വം ആശംസകൾ കൈമാറി തിരികെ പോരുമ്പോൾ ദാതാവിന്റെയും സ്വീകാരിയുടെയും കൺകോണുകൾ അടർന്നു വീഴാൻ വിസമ്മതിച്ചു നിൽക്കുന്ന ഒരു കണ്ണീർക്കണം കാണാറുണ്ട്.

പൊഴിയാതെ നിൽക്കുന്ന കണ്ണീർക്കണമായിരിക്കും അടുത്ത രക്തദാനത്തിനുള്ള ഇന്ധനം. ഇരു വ്യക്തികളുടെയും പേരുകൾ മറന്നുപോയേക്കാം, എങ്കിലും ബന്ധം നീണാൾ നിലനിൽക്കും. തൃശ്ശൂരിൽ ടൈനി ഫ്രാൻസിസ് എന്ന സുഹൃത്ത് നൂറിലേറെ പ്രാവശ്യം രക്തദാനം ചെയ്തിട്ടുണ്ട്. ആ ലേഖകൻ 77 പ്രാവശ്യം രക്തം ദാനം ചെയ്ത നിർവൃതിയിലാണ് ഇത് എഴുതുന്നത്. പിന്നീട് പ്രമേഹബാധമൂലം വിദഗ്ധരുടെ ഉപദേശം സ്വീകരിച്ചു ഈ സുകൃതം നിർത്തിവയ്ക്കേണ്ടി വന്നു. രക്തദാതാക്കൾ ആരുടെയും അംഗീകാരം പ്രതീക്ഷിച്ചല്ല മുന്നോട്ട് വരുന്നത്. തന്റെ രക്തം മൂലം ഒരു വ്യക്തി മാത്രമല്ല അദ്ദേഹത്തിന്റെ കുടുംബവും രക്ഷ പ്രാപിക്കുന്നു എന്ന ചിന്ത വലിയ സന്തോഷഹേതുവാണ്. വൈദികരായ ഞങ്ങൾക്ക് രക്തദാനം ക്രിസ്തുവിന്റെ കുരിശിലെ രക്തം ചിന്തിയ ബലിയുടെ ചെറിയ മാതൃക കൂടിയാണ്. അപ്പോൾ അത് ഒരു നല്ല കാര്യം എന്നതിനേക്കാൾ പുണ്യമാണ്.

എന്റെ എല്ലാ കഴിവും സ്വാധീനവും ഈ മേഖലയിൽ കേന്ദ്രീകരിക്കുകയും ഇടയ്ക്കിടെ രക്തദാനം ചെയ്യാൻ തിരുവനന്തപുരം മുതൽ വടക്കോട്ട് മിക്കപ്പോഴും ഒറ്റയ്ക്കും കൂടുതൽ രക്തം ആവശ്യമെന്നറിയുമ്പോൾ ആവശ്യമുള്ള ഗ്രൂപ്പുകാരുടെ ചെറുസംഘമായും പോകുന്നതിനിടയിൽ ഒരിക്കൽ എന്റെ അമ്മ ചോദിച്ചത് ഓർക്കുന്നു. 'നിനക്ക് എപ്പോഴെങ്കിലും രക്തം ആവശ്യമായി വന്നാൽ ലഭിക്കുമോ?' എന്നെ ദൈവം സംരക്ഷിച്ചുകൊള്ളും എന്ന മറുപടിയിൽ സന്തോഷിച്ച് അനുഗ്രഹിച്ചതോർക്കുന്നു.

വി.എം. സുധീരൻ

ഇതെഴുതുമ്പോൾ എനിക്ക് 71 വയസ്സാണ്. ഒരിക്കൽപോലും എനിക്കോ കുടുംബത്തിനോ രക്തം ആവശ്യം വന്ന സന്ദർഭം ഉണ്ടായിട്ടില്ല. മന്ത്രിയും മുൻ സ്പീക്കറുമായ വി.എം. സുധീരൻ ഇടയ്ക്ക് രക്തദാനം ചെയ്യുന്ന സുഹൃത്താണ്. അദ്ദേഹത്തിന് മദ്രാസിൽ ഹൃദയശസ്ത്രക്രിയ

ചെയ്യേണ്ടി വന്നപ്പോൾ പത്രങ്ങൾ വഴി വിവരമറിഞ്ഞ് നിരവധി ആളുകൾ രക്തം നൽകാനായി ആശുപത്രിയിൽ എത്തിയ രംഗം പിന്നീട് ബ്ലഡ് ഡോണേഴ്സ് ഫോറം മീറ്റിങ്ങിൽ വിവരിച്ചപ്പോൾ എല്ലാവരുടെയും കണ്ണുകൾ നിറഞ്ഞൊഴുകി.

ഫോറം കോഴിക്കോട് മെഡിക്കൽ കോളേജിൽ വെച്ച് സംഘടിപ്പിച്ച ദ്വദിന ഡോണേഴ്സ് മീറ്റിങ്ങിനോട് അനുബന്ധിച്ച് ഒരു എക്സിബിഷൻ സജ്ജീകരിച്ചിരുന്നു. ഫോറത്തിന്റെ ഒരു ഭാരവാഹിയായിരുന്ന രാജശേഖരൻ കോഴിക്കോട് മെഡിക്കൽ കോളേജിൽനിന്ന് തിരുവനന്തപുരം മെഡിക്കൽ കോളേജിലേക്ക് ട്രാൻസ്ഫറായി പോയിരുന്നു. അദ്ദേഹം രണ്ടാഴ്ച ലീവ് എടുത്ത് കോഴിക്കോട് വന്ന് രാവും പകലും ചിത്ര-പോസ്റ്റർ രചന നടത്തിയതും നന്ദിയോടെ ഓർക്കുന്നു. പ്രദർശനത്തിലെ പ്രധാന ആകർഷണം ചില ചിത്രങ്ങളുടെ അടിക്കുറിപ്പുകൾ ആയിരുന്നു. ഒരു മത്സരജേതാവിനെപ്പോലെ ഒരു മത്സരജേതാവിനെപോലെ കൈ ഉയർത്തി ഹൃദയത്തിൽ നിന്ന് വിടർന്നുവന്ന ഒരു രക്തപുഷ്പത്തെ പോലെ ബ്ലഡ് ബാങ്ക് കവാടത്തിലൂടെ പുറത്തേക്ക് വരുന്ന ഒരു രക്തദാതാവിന്റെ ജീവൻ തുടിക്കുന്ന ചിത്രത്തിന്റെ അടിക്കുറിപ്പാണ് സന്ദർശന പുസ്തകത്തിൽ ഏറ്റവും അഭിനന്ദനം അടയാളപ്പെടുത്തപ്പെട്ടത്: 'രക്തദാനന്തര നിർവൃതി'.

അതേ, ഈ നിർവൃതി പകരം വെക്കാനില്ലാത്തതാണ്. അത് രക്തദാതാക്കൾ അനുഭവിക്കുന്നതുകൊണ്ടാണ് രക്തദാതാക്കൾ വീണ്ടും വീണ്ടും രക്തം ദാനം ചെയ്യുന്നത്. ചെന്നൈയിലെ ജസ്യൂട്ട് വൈദികൻ ഫാദർ റെജി റൊസാരിയോ തന്നെ സാക്ഷി. പിന്നീട് തന്റെ വിൽപത്രത്തിൽ മരണാനന്തരം ശരീരം മെഡിക്കൽ കോളേജിലേക്ക് കോളേജിന് കൈമാറണമെന്ന് എഴുതി രജിസ്റ്റർ ചെയ്തതായും അറിഞ്ഞു. ദൈവദാനമായ ശരീരത്തിന്റെ അവസാന ഫൈബർ വരെ സഹോദരങ്ങൾക്കായി വിട്ടുകൊടുക്കുന്നതല്ലേ പുണ്യം! മൃതദേഹദാനത്തിന് തടസ്സം നിൽക്കുന്നവർ നമുക്കിടയിൽ ഉണ്ട്. തമിഴ്നാട്ടിലെ ഒരു ബിഷപ്പ് അടക്കം രണ്ട് വൈദിക മേലധ്യക്ഷന്മാരും കൊൽക്കത്തയിലെ ഏതാനും പുരോഹിതന്മാരും മരണാനന്തരം ശരീരം മെഡിക്കൽ വിദ്യാർഥികളുടെ പഠനത്തിനായി വിട്ടുകൊടുത്തിട്ടുണ്ട്. എത്രയോ ഉദാത്തമായ മാതൃക!

രക്തദാനം: നഷ്ടത്തേക്കാൾ ലാഭം

അപരനിൽ തന്നെത്തന്നെ കാണുന്നവർ അല്ലേ സാമൂഹ്യാവബോധവും സാഹോദര്യഭാവവും. ഇവിടെ ചെകിടപ്പൻ പ്രസംഗം അല്ല വേണ്ടത് പ്രവർത്തിയാണ്. ചില രാഷ്ട്രീയ-മത- സാമൂഹിക

നേതാക്കന്മാരുടെ പ്രസംഗങ്ങളിൽ, ആവശ്യമെങ്കിൽ, ജീവൻ വെടിയാനും താൻ സന്നദ്ധനെന്ന പ്രഖ്യാപനം കേട്ട് കോരിത്തരിച്ചവരാണല്ലോ ജനസമാന്യം. പ്രസംഗം കഴിഞ്ഞ് ആരും കാണാതെ പ്രതിഫലം വാങ്ങി, കുറവുണ്ടെങ്കിൽ വിലപേശി വാങ്ങി മുങ്ങുന്ന എത്ര പ്രസംഗ തൊഴിലാളികളെ നാം കണ്ടിട്ടുണ്ടല്ലോ.

രക്തദാനം ചെയ്യുന്നതുകൊണ്ട് ശരീരത്തിന് നഷ്ടമോ ദോഷമോ ഒന്നും സംഭവിക്കുന്നില്ല. കാരണം, രക്തത്തിന്റെ 90 ശതമാനത്തിന് മേൽ വെള്ളമാണ്. പ്ലാസ്മ, രക്തകോശങ്ങൾ എന്നിവയിൽ നിന്നുള്ള മാംസ്യം (പ്രോട്ടീൻസ്) വളരെ കുറച്ച് വിറ്റാമിനുകൾ, ലവണങ്ങൾ എന്നിവ മാത്രമാണ് ലോകാരോഗ്യ സംഘടന നിശ്ചയിച്ച 300 മില്ലി ലിറ്റർ രക്തത്തിൽ ഉള്ളത്. ഇതിലെ ജലാംശം കുടിവെള്ളത്തിൽ നിന്നും മറ്റ് പാനീയങ്ങളിൽ നിന്നും 24 മണിക്കൂറിനുള്ളിൽ തന്നെ ശരീരം തിരികെ പിടിച്ചു കൊള്ളും. സാധാരണയിൽനിന്ന് അല്പം കൂടുതൽ വെള്ളം കുടിക്കുന്നത് നല്ലതാണ്. വിറ്റാമിൻ, ലവണങ്ങൾ, എന്നിവയെല്ലാം രണ്ടാഴ്ചയ്ക്കുള്ളിൽ സാധാരണ ആഹാരത്തിൽ നിന്ന് തന്നെ ശരീരം ശേഖരിക്കും.

മാത്രമല്ല, മറ്റൊരു ഗുണം കൂടിയുണ്ട്. ഒരു പ്രാവശ്യം രക്തം നൽകുമ്പോൾ താൽക്കാലികമായെങ്കിലും ശരീരത്തിന് ചുവന്ന രക്താണുക്കൾ സ്വീകാരിക്ക് നൽകുന്ന രക്തത്തിലൂടെ നഷ്ടപ്പെടുമല്ലോ. ശരീരത്തിലെ സെൻസറുകൾ അത് തിരിച്ചറിഞ്ഞ് രക്താണുക്കൾ മുഖ്യമായും ഉത്പാദിപ്പിക്കുന്ന അസ്ഥിക്കുള്ളിലെ മജ്ജയെ ഉത്തേജിപ്പിച്ച് പുതിയ രക്തകോശങ്ങൾക്ക് രൂപം നൽകുമ്പോൾ, രക്തത്തിന് തന്നെ അത് നവീകരണം സംഭവിക്കുകയും ചെയ്യുന്നു. രക്തദാനം ചെയ്തു കഴിഞ്ഞു ദിവസങ്ങൾക്കുള്ളിൽ ദാതാക്കൾക്ക് നവോന്മേഷം ലഭിക്കുന്നുവെന്ന് നിരവധി പ്രാവശ്യം രക്തദാനം ചെയ്ത എനിക്ക് നിസ്സംശയം പറയാൻ സാധിക്കും.

ഡോ.എം.എസ്. വല്യത്താൻ

കേരളത്തിലെ രക്തദാന പ്രക്രിയയ്ക്ക് പുത്തൻ ശാസ്ത്രീയ അടിത്തറ തീർത്ത

ശാസ്ത്രജ്ഞനായ ഡോ. എം.എസ്. വല്യത്താനെ വിസ്മരിക്കാനാവില്ല. രക്തദാനത്തിന്റെ കുപ്പി സംവിധാനം അണുവിമുക്തമായ ബ്ലഡ് ബാഗ് സംവിധാനത്തിലേക്ക് മാറ്റാൻ സഹായകരമായത് ഡോ. വല്യത്താന്റെ സംഭാവനയാണ്. കുപ്പികൾ ഫ്രിഡ്ജിൽ സൂക്ഷിക്കാൻ കൂടുതൽ സ്ഥലം വേണ്ടി വന്നിരുന്നു. ബ്ലഡ് ബാഗുകൾ കൂടുതലായി സൂക്ഷിക്കാനാകും. രക്തശേഖരണ ക്യാമ്പുകളിൽ രക്തം ശേഖരിച്ച് ശേഖരിച്ച് ശീതീകരിച്ച ബോക്സുകളിൽ കൊണ്ടുവരുന്നതിനും മറ്റും ഇത് സഹായകരമായി.

ജില്ലാ പഞ്ചായത്തുകളിലെ സഹകരണത്തോടെ ഇപ്പോൾ എല്ലാ ജില്ലകളിലും രക്തത്തിലെ ഘടകങ്ങൾ വേർതിരിച്ച് സൂക്ഷിക്കുന്ന സംവിധാനം ഉണ്ട്. തീ പൊള്ളൽ ചികിത്സയ്ക്ക് രക്തത്തിലെ പ്ലാസ്മയാണ് ആവശ്യം അങ്ങനെ രോഗത്തിന്റെ ആവശ്യമനുസരിച്ച് രക്ത ഘടകങ്ങൾ വേർതിരിച്ചു നൽകുമ്പോൾ ഒരു യൂണിറ്റ് രക്തത്തിൽ നിന്ന് ചുരുങ്ങിയത് നാല് പേർക്ക് അത് സഹായകരമാകും.

രോഗികളുടെ ആവശ്യാർത്ഥം അസൗകര്യങ്ങൾ വിസ്മരിച്ചു രാവുംപകലും ജോലി ചെയ്യുന്ന ബ്ലഡ് ബാങ്ക് ടെക്നീഷ്യന്മാർ അടക്കമുള്ള സ്റ്റാഫിനെ നന്ദിയോടെ അനുസ്മരിക്കുന്നു. പലയിടങ്ങളിലും പ്രത്യേക പരിശീലനം ലഭിച്ച ടെക്നീഷ്യന്മാരുടെ എണ്ണം കുറവായതിനാൽ, പലപ്പോഴും സമയം നോക്കാതെ പ്രവർത്തിക്കുന്നവരാണ് അവർ. ആവർത്തിച്ച് രക്തം പണത്തിനുവേണ്ടി നൽകിയിരുന്ന രക്തവില്പനക്കാരെ തിരിച്ചറിഞ്ഞ് മടക്കി അയയ്ക്കാൻ ഇവർ ജാഗ്രത കാണിച്ചിരുന്നതും നന്ദിയുള്ള സ്മരണയാണ്. അല്പം ഭയത്തോടെ ആദ്യ രക്തദാനം ചെയ്യാൻ എത്തുന്നവർക്ക് ധൈര്യം നൽകി രക്തദാന ലോകത്തിലേക്ക് സ്വാഗതം ചെയ്യുന്നതും ബ്ലഡ് ബാങ്ക് ജീവനക്കാർ തന്നെയായിരുന്നു.

മഹാത്മാഗാന്ധി മാതൃക: കേരള ബ്ലഡ് ഡോണേഴ്സ് ഫോറം പിരിച്ചുവിടുന്നു

രക്തദാന പ്രസ്ഥാനത്തിന്റെ സന്ദേശം കൂടുതൽ ജനങ്ങളിലേക്ക്, വിശിഷ്യ, കുട്ടികളിലേക്ക് എത്തിക്കാൻ നിരവധി പരിപാടികളാണ് കേരള ബ്ലഡ് ഡോണേഴ്സ് ഫോറം ആവിഷ്കരിച്ചു നടപ്പാക്കിയത്. ഈ പ്രസ്ഥാനത്തിൽ പങ്കെടുക്കണമെന്ന് അഭ്യർത്ഥിച്ചുകൊണ്ട് ഒരിക്കൽ ഞങ്ങൾ ഇന്ത്യൻ റെയിൽവേ വാണിജ്യ വിഭാഗം ജനറൽ മാനേജർക്ക് ഒരു കത്തയച്ചു. അത്ഭുതാവഹമായിരുന്നു ഫലം: കുറെക്കാലം അവർ സ്റ്റേഷനുകളിലെ അറിയിപ്പുകളിൽ രക്തദാനത്തിന്റെ സന്ദേശം ഉൾപ്പെടുത്തി! “രക്തം കൊടുത്ത് രക്തബന്ധുക്കളാകുക” എന്ന സീൽ നിർമിച്ച് കോഴിക്കോട് മെഡിക്കൽ കോളജിനു കൊടുത്തു. അവരുടെ കത്തുകളുടെ കവറുകളിൽ അതവർ മുദ്രണം ചെയ്തു നൽകി. ക്രിസ്മസിനും പുതുവത്സരത്തിനും രക്തദാന ആശംസാകാർഡുകളായിരുന്നു മറ്റൊന്ന്.

കോഴിക്കോട് തുടക്കക്കാലത്ത് ഞാനൊരു ഹാസ്യാത്മക തെരുവുനാടകം രചിച്ചിരുന്നു, രക്തദാനത്തിന്റെ പ്രോത്സാഹനത്തിനായി നിരവധി ഇടങ്ങളിൽ അതു അവതരിപ്പിച്ചിട്ടുണ്ട്. പൊറ്റമ്മലിൽ അവതരിപ്പിക്കാൻ പോസ്റ്റർ പ്രചരണം നടത്തിയപ്പോൾ ഒരു തമാശയുണ്ടായി. നക്സലൈറ്റുകൾ അതു കലക്കുമെന്നു ഇന്റലിജൻസ് റിപ്പോർട്ടുമായി ചേവായൂർ സർക്കിൾ ഇൻസ്പെക്ടർ അബൂബക്കർ എന്നെ വന്നു കണ്ടു. ഞങ്ങൾ പിന്മാറില്ലെന്നു മനസ്സിലായപ്പോൾ അന്നത്തെ സിറ്റി പൊലീസ് കമ്മീഷണർ ജേക്കബ് പുന്നൂസ് സാർ പൊലീസ് സംരക്ഷണത്തിന് ഉത്തരവിട്ടു. അതുപ്രകാരം നാലുവാൻ നിറയെ റിസർവ് പൊലീസ് സ്ഥലത്തെത്തി. അത് നാടകത്തിന് വലിയ പ്രചാരമാണ് നൽകിയത്. വൻജനക്കൂട്ടം എത്തി, നക്സലൈറ്റുകൾ വന്നതുമില്ല. എന്തുകൊണ്ടോ അക്കാലത്ത് രക്തദാനപ്രസ്ഥാനത്തിന് എതിരായിരുന്നു അക്കൂട്ടർ.

രക്തദാനത്തിന്റെ പത്തു കൽപ്പനകളുമായി അസംഖ്യം നോട്ടീസുകളാണ് ഞങ്ങൾ അച്ചടിച്ച് വിതരണം ചെയ്തത്. പലരും സ്പോൺസർമാരായി അത് കോടിക്കണക്കിന് വിതരണം ചെയ്തു കാണണം.

രക്തദാനം - പത്തു കൽപ്പനകൾ

1. സ്വന്തം രക്തഗ്രൂപ്പിനെക്കുറിച്ചറിയുക. പ്രതിസന്ധി ഘട്ടത്തിൽ തനിക്കും മറ്റുള്ളവർക്കും ഇത് ഉപകരിക്കും.
2. ആപൽഘട്ടങ്ങളിൽ ബന്ധുക്കൾക്കും സ്നേഹിതർക്കും വേണ്ടി മറ്റുള്ളവരെ ആശ്രയിക്കാതെ രക്തദാനം ചെയ്താൽ രക്തദൗർലഭ്യം മൂലം ഒരു രോഗിയും മരിക്കുകയില്ല.
3. രക്തദാനം തൊഴിലാക്കിയവരുടെ രക്തം സ്വീകരിക്കാതിരിക്കുക. അത് മേന്മ കുറഞ്ഞതും രോഗങ്ങൾക്ക് ഇടവരുത്തുന്നതുമായിരിക്കും.
4. ഇളംതലമുറയെ രക്തദാനത്തിന്റെ മാനുഷിക മൂല്യങ്ങളെക്കുറിച്ച് ബോധവാന്മാരാക്കുക. വരുംതലമുറയുടെ ആരോഗ്യപാലനത്തെ അത് സഹായിക്കും.
5. രക്തദാനത്തെക്കുറിച്ചുള്ള അബദ്ധധാരണകൾ തിരുത്തുക. അവ അടിസ്ഥാന രഹിതവും അശാസ്ത്രീയവും സ്ഥാപിതതാൽപര്യങ്ങളിൽ അധിഷ്ഠിതവുമാണ്.
6. 18 വയസ്സിനുമേൽ പ്രായവും 45 കിലോവിനു മേൽ തൂക്കവും ആരോഗ്യവുമുണ്ടെങ്കിൽ സംശയമന്യേ രക്തം ദാനം ചെയ്യാം. പുരുഷന് മൂന്നു മാസത്തിലൊരിക്കലും സ്ത്രീക്ക് നാലുമാസത്തിലൊരിക്കലും രക്തം ദാനം ചെയ്യാം.
7. ലൈംഗികരോഗങ്ങൾ, കരൾ രോഗങ്ങൾ, മലമ്പനി, ചുഴലി, മാനസിക രോഗങ്ങൾ, അർബുദം, പനി മുതലായ രോഗമുള്ളവരും ഗർഭിണികളും മുലയൂട്ടുന്ന അമ്മമാരും രക്തം ദാനം ചെയ്യരുത്.
8. 300 മില്ലി രക്തം (ആകെ രക്തത്തിന്റെ ഇരുപതിൽ ഒന്ന് ഭാഗം മാത്രം) ദാനം ചെയ്യുന്നതുവഴി, രക്തക്കുറവുണ്ടാകുമെന്ന് ഭയപ്പെടാതിരിക്കുക. ഇത് രക്തകോശങ്ങളുൽപ്പാദിപ്പിക്കുന്ന മജ്ജയെ കൂടുതൽ പ്രവർത്തനനിരതമാക്കുന്നു.
9. തക്കസമയത്ത് രക്തം നൽകി മരണവക്ത്രത്തിൽ നിന്നും ഒരു സഹജീവിയെ രക്ഷിക്കുക. ഇതുവഴി രക്തദാനം മഹത്തും ദൈവതുല്യവുമാകുന്നു.
10. രക്തദാനത്തിന്റെ സന്ദേശം പ്രചരിപ്പിക്കുക. സ്നേഹത്തിന്റെയും ദീനാനുകമ്പയുടെയും സന്ദേശമാണത്.

സ്നേഹവിപ്ലവം രക്തദാനത്തിലൂടെ...

മനോഷ്, രക്തബന്ധു

ബ്ലഡ് ഡോണേഴ്സ് ഫോറത്തിന്റെ ഈ വർഷത്തെ മാതൃകാ രക്തദാതാവ് പുരസ്കാരം നേടിയ മനോഷിനെപ്പറ്റി

തൃശൂർ • അറിയാവുന്നവരും അല്ലാത്തവരുമായ ആയിരക്കണക്കിനു പേരുടെ ബന്ധുവാണു മനോഷ് എന്ന ഇരുപത്തേഴുകാരൻ ഇപ്പോൾ. ബന്ധുവെന്നാൽ രക്തബന്ധു. 18 വയസ്സു തികഞ്ഞ ശേഷം ഒൻപതു കൊല്ലത്തിനിടെ 35 തവണ രക്തം നൽകിയ മനോഷിന് ഇനി രക്തം കൊടുക്കേണ്ട തിയതി വരെ കാണാപ്പാഠം. ജൂലൈ 13.

എല്ലാ മൂന്നുമാസവും കൂടുമ്പോൾ രക്തം നൽകുന്നതു മാത്രമല്ല മനോഷിന്റെ പ്രത്യേകത. ആവശ്യക്കാർക്കു രക്തം നൽകാൻ മനോഷ് എത്താത്ത സ്ഥലങ്ങളില്ല. കേരളത്തിലെ ഒട്ടുമിക്ക ആശുപത്രികളിലും രക്തം നൽകാനോ രക്തം നൽകാൻ തയാറുള്ളവരുമായോ മനോഷ് പോയിട്ടുണ്ട്.

അമൃതആശുപത്രിയിൽ നടന്ന കരൾമാറ്റ ശസ്ത്രക്രിയയ്ക്ക് 25 പേരുടെ രക്തമാണു വേണ്ടിവന്നത്. അത്രയും പേരെ സംഘടിപ്പിച്ചു മനോഷ് നേരെ ഇടപ്പള്ളിയിൽ ചെന്നു രക്തം നൽകി.

മനോഷ് ബിരുദത്തിനു പഠിച്ചിരുന്ന തൃശൂർ കോ-ഓപ്പറേറ്റീവ് കോളജിലെ രക്തദാന സംഘടനയായ ബ്ലഡ് ആൻഡ് സോൾ രണ്ടുതവണ സംസ്ഥാനതലത്തിൽ അവാർഡ് നേടിയിട്ടുണ്ട്. ഇത്തവണയും അവാർഡ് ഉറപ്പിച്ചമട്ടാണ്. കാരണം ഒരാഴ്ച നടത്തിയ രക്തദാന വാരാചരണത്തിൽ നടന്നതു രക്തവിപ്ലവമാണ്. 720 പേർ 720 കുപ്പി രക്തമാണ് അന്ന് ഐഎംഎ ബ്ലഡ് ബാങ്കിനു നൽകിയത്.

തൃശൂർ പീച്ചി മനക്കപ്പാടം പൊല്ലത്ത് മോഹൻദാസിന്റെയും മിനിയുടെയും മകനായ മനോഷിനു ചെറുപ്പത്തിൽ കുത്തിവയ്പ് പോലും പേടിയായിരുന്നു. ഡിപ്ലോമയ്ക്കു പഠിക്കുമ്പോൾ സുഹൃത്തിന്റെ അച്ഛൻ ആണു 18 വയസ്സു തികഞ്ഞ സുഹൃത്തുക്കളുണ്ടെങ്കിൽ രക്തദാനത്തിനു പ്രേരിപ്പിക്കണമെന്ന നിർദേശം നൽകിയത്. ഇതുപ്രകാരം ഐഎംഎ ബ്ലഡ് ബാങ്കിലെത്തി കാര്യങ്ങൾ കൂടുതൽ മനസിലാക്കിയശേഷം രക്തം നൽകി.

പിന്നീട് എല്ലാ മൂന്നുമാസം തികയുമ്പോഴും മനോഷ് ഒരാളുടെയെങ്കിലും രക്തബന്ധുവായി മാറിക്കൊണ്ടിരുന്നു. മറ്റു കോളജുകളിലും രക്തദാനക്യാംപ് സംഘടിപ്പിച്ചിട്ടുണ്ട്. രക്തദാനം പ്രോത്സാഹിപ്പിക്കുന്നതിനുള്ള ഒരവസരവും മനോഷ് വിട്ടുകളയുന്നില്ല.

ഒരു സുഹൃത്ത് കല്യാണം വിളിക്കാൻ വന്നപ്പോൾ മനസമ്മതത്തിന്റെ ദിവസം വധൂവരന്മാരെക്കൊണ്ടു രക്തദാനം ചെയ്യിച്ചു. അവരുടെ കല്യാണ ദിവസവും രക്തം ദാനം ചെയ്യിക്കാനുള്ള ശ്രമത്തിലാണ്.

എ ബി പോസിറ്റീവാണു മനോഷിന്റെ രക്തഗ്രൂപ്പ്. അതിനെ ഇങ്ങനെയും വിശേഷിപ്പിക്കാം. ഓൾവേയ്സ് ബീ പോസിറ്റീവ്.

കുരിയച്ചിറ സെന്റ് പോൾസ് പബ്ലിക് സ്കൂളിൽ നടന്ന പരിപാടിയിൽ മനോഷിനെ മോൺ. ഡോ. ഫ്രാൻസിസ് ആലപ്പാട്ട് ആദരിക്കുന്നു.

കുരിയച്ചിറ സെന്റ് പോൾസ് പബ്ലിക് സ്കൂളിൽ ബ്ലഡ് ഡോണേഴ്സ് ഫോറത്തിന്റെ രക്തദാന ബോധവൽക്കരണ പരിപാടിയിൽ ഫോറം സ്ഥാപകൻ മോൺ. ഡോ. ഫ്രാൻസിസ് ആലപ്പാട്ട് മനോഷിനെ ആദരിച്ചു. ജയരാജ് വാരിയർ രക്തദാനത്തെ സംബന്ധിച്ച കാരിക്കേച്ചർ ഷോ അവതരിപ്പിച്ചു. പ്രിൻസിപ്പൽ സിസ്റ്റർ ഡോ. ലേഖ അധ്യക്ഷത വഹിച്ചു.

കേരള ബ്ലഡ് ഡോണേഴ്സ് ഫോറത്തിന്റെ മാതൃകാരക്തദാതാവ് പുരസ്കാരം മനോഷ് ഏറ്റുവാങ്ങിയതിന്റെ വാർത്ത

മനോഷ് എന്ന മാതൃകാരക്തദാതാവ്

കേരള ബ്ലഡ് ഡോണേഴ്സ് ഫോറം എല്ലാവർഷവും മാതൃകാ രക്തദാതാവിനെ കണ്ടെത്തി പുരസ്കാരം നൽകുമായിരുന്നു. 18 വയസ്സു മുതൽ 27 വയസ്സുവരെ 35 തവണ രക്തം കൊടുത്ത മനോഷിന്റെ കഥ ഞാൻ എന്നും ഓർമിക്കും.

ഒരിക്കൽ എറണാകുളം അമൃത ആശുപത്രിയിൽ ഒരു കരൾ മാറ്റശസ്ത്രക്രിയയ്ക്ക് 25 രക്തദാതാക്കളെ ആവശ്യമായി വന്നു. അവരെയെല്ലാം സംഘടിപ്പിച്ച് ഇടപ്പള്ളിയിലെത്തിച്ചത് ഈ ഹീറോയാണ്! "എ ബി പോസിറ്റീവാണ് എന്റെ ഗ്രൂപ്പ്. അതിനെ ഞാൻ 'ആൾവേയ്സ് ബി പോസിറ്റീവ്' എന്നാണ് വ്യാഖ്യാനിക്കുക", മനോഷ് എന്നോടൊരിക്കൽ പറഞ്ഞു. തൃശ്ശൂർ പീച്ചി മനക്കപ്പാടം പൊല്ലത്ത് മോഹൻദാസിന്റെയും മിനിയുടെയും മകനാണ് ഈ മിടുക്കൻ.

അന്തരിച്ച മന്ത്രി ടി എം ജേക്കബ് ഞങ്ങളുടെ പ്രസ്ഥാനത്തിന് വലിയ പിന്തുണ നൽകിയ വ്യക്തിയായിരുന്നു. അദ്ദേഹം കേരള വിദ്യാഭ്യാസ മന്ത്രിയായിരിക്കെ കേരള ബ്ലഡ് ഡോണേഴ്സ് ഫോറം ഒരു നിവേദനം നൽകി. എസ്.എസ്.എൽ.സി ബുക്കിൽ കുട്ടികളുടെ രക്തഗ്രൂപ്പ് രേഖപ്പെടുത്തുക. അദ്ദേഹം നടപ്പാക്കി. 2011ൽ മേൽപ്പറഞ്ഞ അവാർഡ് മന്ത്രി ടി.എം ജേക്കബിനാണ് പ്രഖ്യാപിച്ചത്. പക്ഷേ, അത് ഏറ്റുവാങ്ങാൻ നിൽക്കാതെയാണ് അദ്ദേഹം നിത്യയാത്രയായത്. 2013 ൽ മകൻ അനൂപ് ജേക്കബ് അത് ഏറ്റുവാങ്ങി.

ടി.എം. ജേക്കബ്ബിന് ലഭിച്ച മരണാനന്തര പുരസ്കാരം ആർച്ച് ബിഷപ് മാർ ആൻഡ്രൂസ് താഴത്തിൽനിന്ന് മന്ത്രി അനൂപ് ജേക്കബ്ബ് സ്വീകരിക്കുന്നു

പിങ്ക് സി.ഡി

കേരള ബ്ലഡ് ഡോണേഴ്സ് ഫോറത്തിന് ഒരു 'രക്തദാനഗീതം' വേണമെന്ന് എനിക്ക് പലപ്പോഴും തോന്നിയിട്ടുണ്ട്. അങ്ങനെ ഞാൻ ഒരിക്കൽ ഒരു ഗീതകം രചിച്ചു. അക്രമം, രക്തച്ചൊരിച്ചിൽ എന്നിവ ഒഴിവാക്കി രക്തത്തെ മനുഷ്യജീവൻ രക്ഷിക്കാനുള്ള ലായനിയായി തിരിച്ചറിയുക എന്ന ആഹ്വാനമാണ് അതിലൂടെ ഞാൻ നൽകിയത്. "സോദരരേ, രക്തദാനമെന്ന മർത്യധർമം..." എന്നു തുടങ്ങുന്ന വരികൾക്ക് പ്രശസ്ത പിന്നണിഗായകൻ ഫ്രാങ്കോ ഈണമിട്ടു.

അത് സിഡിയിൽ റെക്കോർഡു ചെയ്ത് ധാരാളം കോപ്പികളെടുത്ത് വിതരണത്തിനു തയ്യാറാക്കി, 'പിങ്ക് സിഡി' എന്ന പേരിൽ. പ്രശസ്ത കഥാകൃത്ത് വൈശാഖൻ പിങ്ക് സിഡി പ്രകാശനകർമ്മം നിർവഹിച്ചു. ഒരു ബൈക്ക് അപകടത്തിൽപ്പെട്ട് മരണത്തെ മുഖാമുഖം കണ്ടശേഷം 36 കുപ്പി രക്തം സ്വീകരിച്ച് ജീവിതത്തിലേക്ക് തിരിച്ചുവന്ന ഫാ. ഷെർജോ മലേക്കുടിയാണ് സിഡി ഏറ്റുവാങ്ങിയത്.

"പൂവിതൾ പൊഴിയുമ്പോൾ" എന്ന പേരിൽ ഒരു ഷോർട്ട് ഫിലിമും ഫോറം തയ്യാറാക്കിയിട്ടുണ്ട്. രക്തദാതാക്കളുടെ അഭാവത്തിൽ ഒരു പിഞ്ചുകുഞ്ഞിന്റെ ജീവൻ അപകടത്തിൽപ്പെട്ടു പൊലിയുന്നതാണ് അതിന്റെ ഇതിവൃത്തം. സ്റ്റാജൻ സംവിധാനവും രവി ബി മേനോൻ ചിത്രീകരണവും നിർവഹിച്ച അതിന്റെ രചനയും

അവർ പാടുന്നു; രക്തദാന മഹത്വം

ബ്ലഡ് ഡോണേഴ്സ് ഫോറത്തിന്റെ നേതൃത്വത്തിൽ ഫാ. ഡോ. ഫ്രാൻസിസ് ആലപ്പാട്ട് രചിച്ച് ഗായകൻ ഫ്രാങ്കോ ആലപിച്ച പിങ്ക് ഓഡിയോ സിഡിയുടെ പ്രകാശനം ഇന്ന്

തൃശൂർ ● സ്നേഹ വിപ്ലവം രക്തദാനത്തിലൂടെ എന്ന സന്ദേശവുമായി 1979ലെ റിപ്പബ്ലിക് ദിനത്തിൽ കോഴിക്കോട് മെഡിക്കൽ കോളജിൽ ആരംഭിച്ച ബ്ലഡ് ഡോണേഴ്സ് ഫോറം രക്തദാന ഗീതം പുറത്തിറക്കി. പിങ്ക് എന്നു പേരിട്ടിരിക്കുന്ന ഓഡിയോ സിഡി ദേശീയ രക്തദാന ദിനമായ ഇന്നു രാവിലെ 11ന് സേക്രഡ് ഹാർട്ട് സ്കൂളിൽ കഥാകൃത്ത് വൈശാഖൻ പ്രകാശനം ചെയ്യും. ഫോറം സ്ഥാപകൻ ഫാ. ഡോ. ഫ്രാൻസിസ് ആലപ്പാട്ട് രചിച്ച വരികൾക്ക് പിന്നണി ഗായകൻ ഫ്രാങ്കോ ആണു സംഗീതം നൽകിയിരിക്കുന്നത്. അക്രമം, രക്തച്ചൊരിച്ചിൽ എന്നിവ ഒഴിവാക്കി രക്തത്തെ മനുഷ്യ ജീവൻ രക്ഷിക്കാനുള്ള ജീവ ലായനിയായി കാണുവാൻ യുവാക്കളെ ആഹ്വാനം ചെയ്യുന്നതാണ് ഗാനം. പ്രിയഗീതം സ്റ്റുഡിയോയിലാണ് ഗാനം റിക്കോർഡ് ചെയ്തിരിക്കുന്നത്.

പത്തു വർഷം മുൻപ് ബൈക്കപകടത്തിൽ മരണമുഖം കണ്ട ശേഷം 36 കുപ്പി രക്തം സ്വീകരിച്ച് ജീവിതത്തിലേക്ക് തിരിച്ചു വന്ന പാലക്കാട് സ്വദേശി ഫാ. ഷെർജോ മലേക്കുടി സിഡി ഏറ്റു വാങ്ങും.

ലോക രക്തദാന ദിനമായ ഇന്ന് സേക്രഡ് ഹാർട്ട് സ്കൂൾ വിദ്യാർഥികൾക്കൊപ്പം ഫ്രാങ്കോ ഈ ഗാനം ആലപിക്കും. തെക്കേ ഗോപുര നടയിൽ ദേവമാതാ പബ്ലിക് സ്കൂൾ വിദ്യാർഥികൾ നടത്തുന്ന ഫ്ളാഷ് മോബിലും ഒന്നുചേർന്നു നന്മ ചെയ്യു സോദരേ, രക്തദാനമെന്ന മർത്യധർമം... എന്നു തുടങ്ങുന്ന ഈ ഗാനം അവതരിപ്പിക്കും.

പിങ്ക് സി ഡി പ്രകാശനത്തോടനുബന്ധിച്ച പത്രവാർത്ത

നിർമാണവും ഞാൻ തന്നെ ചെയ്തു. ഫിലിമിന്റെ അവസാനം രക്തദാന മഹത്വത്തെക്കുറിച്ച് എന്റെയൊരു ലഘുസന്ദേശവും ചേർത്തിട്ടുണ്ട്. ഇത് പലയിടത്തും പ്രദർശിപ്പിക്കുകയുണ്ടായി.

കുട്ടികൾ തീർത്ത 'ഹൃദയം'

കേരള ബ്ലഡ് ഡോണേഴ്സ് ഫോറം 2004ൽ കാൽനൂറ്റാണ്ട് പൂർത്തിയാക്കി. നവംബർ 18-20 ദിവസങ്ങളിൽ തൃശ്ശൂരിൽവച്ച് രജത ജൂബിലി ആഘോഷിക്കാൻ തീരുമാനിച്ചു. അന്നത്തെ കേരള ഗവർണർ കെ.എൽ. ഭാട്ടിയയാണ് അത് ഉദ്ഘാടനം ചെയ്തത്. തൃശ്ശൂർ ആർച്ച് ബിഷപ്പ് മാർ ജേക്കബ് തൂങ്കുഴി പിതാവ് ചടങ്ങിൽ അധ്യക്ഷനായി. അന്നത്തെ വനംവകുപ്പ് മന്ത്രി കെ.പി. വിശ്വനാഥൻ, പൊലീസ് ഉപമേധാവി ജേക്കബ് പുന്നൂസ് ഐ.പി.എസ്, മുൻ എം.പി. വി.എം. സുധീരൻ തുടങ്ങിയ പ്രമുഖർ ആശംസകളർപ്പിച്ചു. കെബിഡിഎഫിന്റെ സ്ഥാപകാംഗങ്ങളാണ് ഇവരെല്ലാം.

തേക്കിൻകാട് മൈതാനത്ത് 2000 വിദ്യാർത്ഥികൾ നടത്തിയ മനുഷ്യഹൃദയം സൃഷ്ടിക്കൽ ആയിരുന്നു ജൂബിലിയുടെ പ്രധാന ആകർഷണം. സ്പന്ദിക്കുന്ന ആ പടുകൂറ്റൻ ഹൃദയരൂപം ഏറെ വാർത്താപ്രാധാന്യം നേടി. തങ്ങൾക്ക് 18 വയസ്സു തികഞ്ഞാൽ രക്തദാനം ആരംഭിക്കും എന്ന പ്രതിജ്ഞ ആ കുട്ടികൾ ഹൃദയരൂപത്തിൽ നിന്ന് ചൊല്ലി.

ജൂബിലി മെഡിക്കൽ കോളേജ് സ്ഥാപിക്കുന്നു

അഭിവന്ദ്യ മാർ ജേക്കബ് തൂങ്കുഴി പിതാവ് എന്നെ 1998ൽ ജൂബിലി മിഷൻ മെഡിക്കൽ കോളജിന്റെ ഡയറക്ടറായി നിയമിച്ചിരുന്നു. അസി. ഡയറക്ടറായുള്ള ആറു മാസത്തെ പരിശീലനത്തിനു ശേഷമായിരുന്നു അത്. രക്തദാനപ്രസ്ഥാനത്തിന്റെ പ്രവർത്തനങ്ങൾക്ക് അതോടെ വിശാലമായ സാധ്യതകൾ തുറന്നുകിട്ടി. പുതിയ സ്ഥാനത്ത് ഇരുന്നുകൊണ്ടുള്ള ബന്ധങ്ങൾ ഞാൻ ഇതിനു വേണ്ടി ഉപയോഗിച്ചു. നേരേതിരിച്ച്, കെ.ബി.ഡി.എഫിന്റെ സേവനം ആശുപത്രിക്കും നിർല്ലോപം കിട്ടി. ഒരിക്കൽ ഒരു പ്രസവശസ്ത്രക്രിയയെത്തുടർന്ന് ഒരു സ്ത്രീക്ക് 40 കുപ്പി രക്തം വേണ്ടിവന്നപ്പോൾ ഇരവിമംഗലംകാരാണ് സർവ്വാത്മാനാ വന്ന് ദാനം ചെയ്തത്.

ഏതാണ്ട് 200 കിടക്കകൾ മാത്രമുണ്ടായിരുന്ന സാധാരണ ആശുപത്രിയെ സൂപ്പർ സ്പെഷ്യാലിറ്റിയാക്കി ഉയർത്തുക എന്നതായിരുന്നു എന്റെ സ്വപ്നം. മുൻഗാമി കാക്കശ്ശേരി അച്ചന്റെ കൂടെ നിന്നു കിട്ടിയ ആറുമാസത്തെ പരിശീലനം വച്ച് ഒരു അധ്വാനം തുടങ്ങി.

സൂപ്പർ സ്പെഷ്യാലിറ്റികൾ ഓരോന്നായി തുടങ്ങുക എന്നതായിരുന്നു ലക്ഷ്യം. മെഡിക്കൽ കോളേജ് സഹപാഠികൾ പലരും അപ്പോഴേക്കും വിവിധ സർക്കാർ, സ്വകാര്യ ആശുപത്രികളിൽ ഉന്നതനിലകളിൽ എത്തിയിരുന്നു. ഞാൻ വിളിച്ചപ്പോൾ അവർ വലിയ ശമ്പളമോ സൗകര്യങ്ങളോ നോക്കാതെ വന്നു എന്നതാണ് എന്റെ വിജയം. ഡിപ്പാർട്ടുമെന്റുകളും കിടക്കകളും കൂടിയതോടെ രോഗികളുടെ തള്ളിക്കയറ്റമായിരുന്നു. രാവിലെ ടോക്കൺ എടുക്കുന്ന സമയത്തെ തിരക്ക് പലപ്പോഴും അനിയന്ത്രിതമായി.

ജേക്കബ് പുന്നൂസ് സാർ അപ്പോഴേക്കും സംസ്ഥാന പൊലീസ് മേധാവിയായിരുന്നു. ഞാൻ അഭ്യർത്ഥിച്ചതുപ്രകാരം അദ്ദേഹം ജൂബിലിയിൽ ഒരു പൊലീസ് ഔട്ട്പോസ്റ്റ് അനുവദിക്കുകയുണ്ടായി. ഒരു സ്വകാര്യസ്ഥാപനത്തോടുചേർന്ന് ആദ്യമായിരുന്നു അങ്ങനെയൊന്ന്. അങ്ങനെയിരിക്കെ 2002ൽ എ.കെ. ആന്റണി മുഖ്യമന്ത്രിയായിരിക്കെ പുതിയ സ്വാശ്രയ വിദ്യാഭ്യാസനയം കൊണ്ടുവന്നു. അതനുസരിച്ച് മെഡിക്കൽ കോളജിന് അപേക്ഷിക്കാൻ തൂങ്കുഴി പിതാവ് എല്ലാവിധ പ്രോത്സാഹനവും പിന്തുണയും നൽകി; ഒപ്പം നാനാജാതി - മതസ്ഥരായ തൃശ്ശൂർക്കാരും. ഞാനടക്കം ചില വൈദികർ ഭയന്നപ്പോൾ പിതാവു പറഞ്ഞ ഒരു വാക്യം ഞാൻ ഇന്നുമോർക്കുന്നു: “Now or Never!”

എല്ലാം ദൈവാനുഗ്രഹം. ജൂബിലി മിഷൻ മെമ്മോറിയൽ മെഡിക്കൽ കോളജ് ആ വർഷം തന്നെ യാഥാർത്ഥ്യമായി. അഭിവന്ദ്യ കർദിനാൾ വർക്കി വിതയത്തിൽ പിതാവ് ആശീർവാദവും മുഖ്യമന്ത്രി എ.കെ. ആന്റണി ഉദ്ഘാടനവും നിർവഹിച്ചു. ആറു മന്ത്രിമാർ ചടങ്ങിൽ സന്നിഹിതരായി. ആയിടെ തൃശ്ശൂര് ചിലർ ചേർന്ന് ഒരു ട്രസ്റ്റ് രൂപീകരിച്ച് മെഡിക്കൽ കോളജിനുള്ള ശ്രമം തുടങ്ങിയിരുന്നു. അതു പൊളിഞ്ഞതോടെ അവിടെ ചേർന്ന ഡോക്ടർമാരെല്ലാം ജൂബിലിയിലെത്തി. ഒന്നാംവർഷംതന്നെ നൂറു ശതമാനം വിജയം നേടി ഞങ്ങൾ അത്ഭുതം സൃഷ്ടിച്ചു!

ഇവിടെ ഒന്നാന്തരം ഒരു രക്തബാങ്ക് സ്ഥാപിക്കാൻ ഞാൻ ഏറെ ശ്രദ്ധ ചെലുത്തിയിരുന്നു. ഇടവകകൾ തോറും രക്തദാതാക്കളുടെ കൂട്ടായ്മകൾ രൂപീകരിച്ച് ബാങ്കിലെ ‘നിക്ഷേപം’ പരമാവധിയാക്കാൻ ശ്രമിച്ചിരുന്നു. പാവപ്പെട്ട രോഗികളെ സഹായിക്കാൻ നിരവധി പദ്ധതികളാണ് ആവിഷ്കരിച്ചത്. വൃക്കരോഗികളുടെ ദുരിതം എന്നെ വല്ലാതെ വലയ്ക്കുമായിരുന്നു. അവർക്ക് സൗജന്യ ഡയാലിസിസ് നൽകാൻ പല പദ്ധതികളും നടപ്പിലാക്കി. ഇടവകകളെക്കൊണ്ട് ആഘോഷങ്ങൾ ഒഴിവാക്കി ഡയാലിസിസ് യന്ത്രങ്ങൾ

സ്പോൺസർ ചെയ്യിക്കുകയായിരുന്നു അതിലൊന്ന്. അങ്ങനെ ഏതാണ്ട് 40 യൂണിറ്റുകൾ കിട്ടി. കൊട്ടേക്കാട് പള്ളിക്കാർ പെരുന്നാൾച്ചെലവ് വെട്ടിക്കുറച്ചു. നിത്യം പുതിയ പൂക്കൾ വെക്കുന്ന പതിവ് പല പള്ളികളും മാറ്റി പണം സ്വരൂപിച്ചു.

പതിമൂന്നു വർഷമാണ് ഞാൻ ജൂബിലിയിൽ ഡയറക്ടറായി സേവനം ചെയ്തത് - കഠിനാധ്വാനത്തിന്റെ വർഷങ്ങൾ! നിരവധി വൈദികരും സിസ്റ്റേഴ്സും അൽമായരും അതിന് എന്നെ അകമഴിഞ്ഞ് സഹായിച്ചു. അഡ്മിനിസ്ട്രേഷനിൽ എന്നെ സഹായിച്ച ജിമ്മി, ആന്റണി എന്നിവരെ ഞാൻ എന്നുമോർക്കും. ഇന്നും എന്നെ ഏതുകാര്യത്തിനും സഹായിക്കുന്ന ആ ചെറുപ്പക്കാർ മറ്റൊരു ആശുപത്രിയിൽ സേവനം ചെയ്യുന്നുണ്ട്. ജൂബിലി മെഡിക്കൽ കോളജിനോടു ചേർന്ന് ഒരു നഴ്സിംഗ് കോളജും സ്ഥാപിക്കാൻ ദൈവാനുഗ്രഹമുണ്ടായി. അവ രണ്ടും ഇന്നും നല്ല നിലയിൽ പ്രവർത്തിക്കുന്നു.

തിരികെ ഇടവകസേവനത്തിലേക്കു പോയ ഞാൻ നിലവിൽ കുരിയച്ചിറ നെഹ്റു നഗർ സെയ്ന്റ് പീറ്റേഴ്സ് ആൻഡ് പോൾസ് ഇടവക വികാരിയാണ്. രക്തദാനപ്രസ്ഥാനത്തിന്റെ പ്രവർത്തനങ്ങൾ 'വിശുദ്ധവാരരക്തദാനം' തുടങ്ങിയ പരിപാടികളിലൂടെ ഇന്നും മുന്നോട്ടു കൊണ്ടുപോകുന്നു. ഇതിനിടെ ഒരു സുപ്രധാന കാര്യം കേരള ബ്ലഡ് ഡോണേഴ്സ് ഫോറം ഭാരവാഹികളായ ഞങ്ങൾ ചെയ്തു- മഹാത്മാഗാന്ധി ഇന്ത്യൻ നാഷണൽ കോൺഗ്രസിനെപ്പറ്റി പറഞ്ഞ ഒരു കാര്യം ഞങ്ങൾ സ്വന്തം കാര്യത്തിൽ നടപ്പിലാക്കി. ലക്ഷ്യം നേടിയാൽ പ്രസ്ഥാനം പിരിച്ചുവിടുക! കെ.ബി.ഡി.എഫ് ഇല്ലാതെ ഈ ദൗത്യം മുന്നോട്ടുപോകും എന്നായപ്പോൾ ഞങ്ങൾ അതുതന്നെ ചെയ്തു. 2015 സെപ്തംബർ 24നായിരുന്നു അത്.

ഇന്ന് കേരളത്തിലെവിടെയും ആളുകൾ രക്തം കിട്ടാതെ മരിക്കുന്നില്ല, ചില അപകടങ്ങളിൽ ആളുകളുടെ അനാസ്ഥ മൂലമല്ലാതെ. ഒട്ടുമിക്ക കോളജുകൾക്കും ഇടവകകൾക്കും തൊഴിൽ -മത-ജാതി സംഘടനകൾക്കും റെസിഡൻസ് അസോസിയേഷനുകൾക്കും രക്തദാതാക്കളുടെ വാട്സാപ്പ് ഗ്രൂപ്പുകളുണ്ട്. ആർക്കെങ്കിലും രക്തം വേണ്ടിവന്നാൽ കെ.ബി.ഡി.എഫിന്റെ ഡയറക്ടറികളുടെ പേജുകളിൽ തിരക്കിട്ട് തിരയേണ്ട. ഗ്രൂപ്പുകൾ ഉടനടി പ്രതികരിക്കും, ആവശ്യക്കാർക്ക് ജീവരക്തം കിട്ടും. ഞങ്ങൾക്ക് ഇതിലേറെ ചാരിത്യാർത്ഥജനകമായി മറ്റെന്തുണ്ട്?

നന്ദി ദൈവത്തിന്; ദൈവജനത്തിനും.

രക്തദാനപ്രചരണത്തിൽ അധ്യാപകരുടെ പങ്ക്

അധ്യാപനം ഒരു കലയാണ് എന്നുമാത്രമല്ല, തന്റെ മക്കളെന്ന പോലെ സ്നേഹത്തോടും ഗൗരവത്തോടും കൈമാറേണ്ട നിധിയാണ് വിദ്യ. ബിരുദങ്ങളുടെ പിൻബലമല്ല, ഒരു വ്യക്തിക്ക് അധ്യാപകപദവി നൽകുന്നത്, വിദ്യ കൈമാറുന്നതിനുള്ള തീക്ഷ്ണതയാണ്. വിദ്യാർത്ഥികളെ മക്കളായിക്കണ്ട് അവർ തന്നേക്കാൾ അറിവും വളർച്ചയും കൈവരിക്കണമെന്ന തീവ്രമായ ആഗ്രഹത്തോടെ അധ്യാപനം നിർവഹിക്കുന്ന എത്രയോ ശ്രേഷ്ഠരായ അധ്യാപകരെ നാം കണ്ടിട്ടുണ്ടല്ലോ?

ഭാരതത്തിൽ, പണ്ഡിതനായ മുൻരാഷ്ട്രപതി ഡോ. സർവേപ്പള്ളി രാധാകൃഷ്ണന്റെ ജന്മദിനമായ, സെപ്തംബർ അഞ്ച് ദേശീയ അധ്യാപകദിനമായി ആചരിക്കുന്നു. ഗുരു - ശിഷ്യബന്ധത്തിന് അത്ഭുതാവഹമായ ഫലസിദ്ധിയുണ്ട്. അധ്യാപകന്റെ സൽമാതൃക വിദ്യാർത്ഥിയുടെ തുറന്ന പുസ്തകമായിരിക്കണം.

നല്ല ഒരു അധ്യാപകൻ തനിക്കു ലഭിക്കുന്ന ഓരോ അവസരവും വിദ്യാർത്ഥികൾക്ക് വിദ്യ കൈമാറാനുള്ള അവസരമാക്കി മാറ്റണം. രക്തദാനമേഖലയിൽ നിന്നുള്ള ചെറിയൊരു ഉദാഹരണം പറയാം. മുൻകാലങ്ങളിൽ വിദ്യാർത്ഥികൾ പെൻസിലുകളാണ് സാധാരണയായി ഉപയോഗിക്കാറുള്ളത്. കൈയ്യക്ഷരം നല്ല വടിവുള്ളതാക്കാനും ഹൈസ്കൂളുകളിൽ മഷിപ്പെന്നുപയോഗിക്കാനുള്ള പരിശീലനത്തിനും വേണ്ടിയായിരുന്നു അത്.

എഴുതിക്കൊണ്ടിരിക്കുമ്പോൾ, പെൻസിലിലെ കാർബൺ റോഡ് പൊട്ടിപ്പോകാറുണ്ട്. അന്നേരം അച്ഛൻ ഷേവ് ചെയ്ത് ഉപേക്ഷിച്ച ബ്ലേഡ് ഉപയോഗിച്ച് പെൻസിൽ ചെത്തികൂർപ്പിച്ച് എഴുത്തു തുടരും. പെട്ടന്നുള്ള ഈ പ്രവൃത്തിക്കിടെ കുട്ടികളുടെ വിരലിൽ ചെറുതായി മുറിവ് പറ്റും. അല്പം രക്തം കാണുമ്പോഴേക്ക് കുട്ടി പരിഭ്രമിച്ച് കരയും.

അപ്പോഴേക്കും അധ്യാപകൻ എത്തി ആശ്വസിപ്പിക്കും. വലിയ മുറിവാണെങ്കിൽ ഫസ്റ്റ് എയ്ഡ് ബോക്സിലെ സ്പിരിറ്റും ഓയിന്റ് മെന്റും പുരട്ടി കെട്ടിവെക്കും. അപ്പോഴേക്കും കുട്ടിയുടെ നിലവിളിയും നിലയ്ക്കും.

നല്ല ഒരു അധ്യാപകന് കാര്യം അവിടെ അവസാനിക്കുകയല്ല തുടങ്ങുകയാണ് ചെയ്യുന്നത്. വിദ്യാർത്ഥിയുടെ നിലവാരത്തിലേക്ക് ഇറങ്ങിവന്ന് ജിജ്ഞാസ പരിഹരിക്കുന്നതോടെ, വിദ്യാർത്ഥികൾക്ക് മറ്റൊരു പാഠപുസ്തകം തുറന്നുകൊടുക്കാൻ അധ്യാപകന് കഴിയും. വിദ്യാർത്ഥികളുടെ കൊച്ചുസംശയങ്ങളിലൂടെ വിജ്ഞാനത്തിന്റെ വലിയ വാതിലാണ് തുറന്നുകൊടുക്കാൻ ആകുക.

നിങ്ങൾ ചോര കണ്ടല്ലോ. "അതിൽ ഭയപ്പെടാൻ ഒന്നുമില്ല മക്കളെ, നമുക്ക് ജീവൻ നിലനിർത്താൻ ഹൃദയത്തിന്റെ താളക്രമത്തിൽ ശരീരത്തിന്റെ എല്ലാ ഭാഗങ്ങളിലേക്കും പ്രാണവായുവും പോഷകങ്ങളും എത്തിച്ചു കൊടുക്കാനുള്ള ഒരു സംവിധാനമാണിത്. അത് കാണുമ്പോൾ ഭയപ്പെടാൻ ഒന്നുമില്ല. പക്ഷേ വലിയ മുറിവുകളിൽനിന്ന് കൂടുതൽ രക്തം വാർന്നുപോയാൽ ചിലപ്പോൾ അപകടം സംഭവിച്ചേക്കാം." അപ്പോഴേക്കും അന്വേഷികളായ കുട്ടികൾ നിഷ്കളങ്കമായ ചോദ്യങ്ങളുമായി എഴുന്നേൽക്കാൻ തുടങ്ങും. അവിടെയാണ് അധ്യാപകൻ നേട്ടങ്ങൾ കൊയ്തെടുക്കുക.

നിരവധി ചോദ്യങ്ങൾ

എല്ലാവർക്കും രക്തം ഉണ്ടോ?

എല്ലാവരുടെയും രക്തം ചുവപ്പുനിറം ആണോ?

ചുവന്നതാകാനുള്ള കാരണം?

കൃഷ്ണൻകുട്ടിയുടെയും ജോസഫിന്റെയും രക്തം ഒരുപോലെയാണോ?

ഒരാളുടെ ശരീരത്തിൽ എത്രമാത്രം രക്തം ഉണ്ട്?

തടിച്ച ശരീരം ഉള്ളവർക്ക് കൂടുതൽ രക്തം കാണുമല്ലേ?

എന്തുകൊണ്ടാണ് രക്തം വളർന്നു പോയാൽ മനുഷ്യൻ മരിക്കുന്നത്?

മരണം ഒഴിവാക്കി അപകടത്തിൽപ്പെട്ട ആളെ രക്ഷിക്കാൻ കഴിയുമോ?

കുട്ടികൾ ചോദിച്ചതല്ലേ രക്തദാനത്തിന്റെ രത്നച്ചുരുക്കം?

ഇതിനുള്ള ഉത്തരങ്ങൾ ലളിതഭാഷയിൽ (വലിയ തത്ത്വങ്ങളിലേക്ക് പോകാതെ) പറഞ്ഞു മനസ്സിലാക്കി കൊടുത്താൽ ഭാവിയിലെ സ്വമേധയാ രക്തം ദാനം ചെയ്യുന്ന ഒരു സന്നദ്ധ സേനയെയാണ്

അധ്യാപകൻ രൂപം കൊടുക്കുന്നത്. കുട്ടികളും മുതിർന്നവരും ആദ്യം മനസ്സിലാക്കേണ്ടത് രക്തദാനത്തിന്റെ സാമൂഹ്യവശങ്ങളാണ്. അതു കഴിഞ്ഞാൽ പിന്നെ ശാസ്ത്രസാങ്കേതിക പ്രതിബന്ധങ്ങളൊക്കെ വഴി മാറിക്കൊള്ളും.

എന്താണ് രക്തദാനം?

സ്വമേധയാ രക്തം നൽകുന്ന പ്രക്രിയയാണ് രക്തദാനം. രക്തദാനം മഹാദാനം എന്നാണല്ലോ. അപ്പോൾ അതൊരു സാമൂഹ്യ സേവനം തന്നെയാണ്. സാധാരണയായി നമ്മുടെ വേണ്ടപ്പെട്ടവർക്ക് രക്തം ആവശ്യമായി വരികയാണെങ്കിൽ രക്തം നല്കാറുണ്ട്. എന്നാൽ നമ്മുടെ ആരുമല്ലാത്ത, ഒരാൾക്കുവേണ്ടി രക്തം നൽകേണ്ടി വന്നാലോ? അങ്ങനെയുള്ളവർക്ക് സ്വയം സന്നദ്ധമായി രക്തം നല്കുന്ന നിരവധി ആളുകളും നിരവധി ക്ലബ്ബുകളും സന്നദ്ധ സംഘടനകളും ഉണ്ട് .

എന്തെല്ലാമാണ് രക്തത്തിന്റെ സവിശേഷതകൾ?

ശരീരഭാഗത്തിൽനിന്ന് വ്യത്യസ്തമായി ശേഖരിക്കാനും മുപ്പത്തിയഞ്ചു ദിവസം വരെ സൂക്ഷിച്ചു വെയ്ക്കാനും കഴിയുന്ന ഒരു വസ്തുവാണ് രക്തം.

ശരീരത്തിൽ നാലര മുതൽ ആറു ലിറ്റർ വരെ രക്തം ഉണ്ടായിരിക്കും. അതിൽ നിന്ന് കാൽഭാഗം വാർന്നു പോകുകയാണെങ്കിൽ ഗുരുതരാവസ്ഥ ഉളവാകും.

പല അപകടാവസ്ഥകളിലും ജീവൻ നിലനിർത്താൻ രക്തം ആവശ്യമായി വരുന്നതിനാൽ രക്തദാനം ജീവൻ നിലനിർത്തലിന്റെ ഭാഗമാണ്.

ഒരു സമയം 300 മില്ലി ലിറ്റർ മുതൽ 450 മില്ലി ലിറ്റർ വരെ മാത്രമേ രക്തം എടുക്കാറുള്ളൂ.

രക്തമെടുത്തു കഴിഞ്ഞാൽ ആരോഗ്യപ്രശ്നങ്ങൾ ഒന്നും ഉണ്ടാവുന്നില്ല എന്നുമാത്രമല്ല, പുതിയ രക്താണുക്കൾ ഉണ്ടാകും.

രക്തദാനം എന്തിന്?

രക്തം നഷ്ടപ്പെട്ടവരുടെ ജീവൻ നിലനിർത്താൻ ആരെങ്കിലും രക്തം ദാനം ചെയ്താൽ മാത്രമേ കഴിയൂ. അപകടമരണങ്ങളിലേറെയും സംഭവിക്കുന്നത് ശരിയായ സമയത്ത് രക്തം ലഭിക്കാത്തതിനാലാണ്. ജൂണ് 14നാണ് സന്നദ്ധരക്തദാനദിനമായി ആചരിക്കുന്നത്. ഒക്ടോബർ ഒന്ന് ദേശീയരക്തദാനദിനമാണ്.

രക്തം ആവശ്യമാകുന്ന സന്ദർഭങ്ങൾ

അപകടങ്ങളിൽ രക്തം നഷ്ടപ്പെടുന്നവർക്ക്

അപകടങ്ങളിൽ രക്തസഞ്ചാരം തടസ്സപ്പെടുന്നവർക്ക്

മാരകമായി പൊള്ളൽ ഏൽക്കുന്നവർക്ക്

വലിയ ശസ്ത്രക്രിയ വേണ്ടവർക്ക്

പ്രസവസമയങ്ങളിൽ അമ്മമാർക്ക്

പൂർണ്ണവളർച്ച എത്താത്ത ശിശുക്കൾക്ക്

അനീമിയ രോഗികൾക്ക്

കീമോതെറാപ്പി വേണ്ട രോഗികൾക്ക്

രക്താർബുദരോഗികൾക്ക്

രക്തത്തിലെ ഘടകങ്ങൾ മാറ്റേണ്ടവർക്ക്

ഡയാലിസ് ആവശ്യമായവർക്ക്

ആർക്കൊക്കെ രക്തദാനം നടത്താം

18 വയസ്സിനും 60 വയസ്സിനും ഇടയിലുള്ള ആരോഗ്യമുള്ള ഏതൊരാൾക്കും രക്തദാനം നടത്താം.

കുറഞ്ഞത് 45 കിലോ ഭാരമുണ്ടാവണം.

ഹീമോഗ്ലോബിലിന്റെ അളവ് ചുരുങ്ങിയത് 12.5gm% ഉണ്ടായിരിക്കണം.

രക്തസമ്മർദ്ദം സാധാരണ നിലയിൽ ആയിരിക്കണം.

രക്തദാനത്തിന്റെ ഇടവേള മൂന്നുമാസമായിരിക്കണം.

മഞ്ഞപ്പിത്തം ബാധിച്ചവർ രോഗം മാറി മൂന്നുവർഷത്തിനു ശേഷമേ രക്തദാനം ചെയ്യാവൂ.

ആരൊക്കെ രക്തദാനം നടത്തരുത്?

ഹൃദ്രോഗമുള്ളവർ

ഇൻസുലിൻ എടുക്കുന്നവർ

ആന്റിബയോട്ടിക് ഉപയോഗിക്കുന്നവർ

ടൈഫോയിഡ് മാറിയിട്ട് രണ്ടു വർഷവും മലേറിയ ബാധിതരും വലിയ ശസ്ത്രക്രിയ കഴിഞ്ഞ് ആറുമാസം ആകാത്തവരും ഉയർന്നതോ കുറഞ്ഞതോ ആയ രക്തസമ്മർദ്ദം ഉള്ളവരും ഇരുപത്തിനാല് മണിക്കൂറിനുള്ളിൽ വാക്സിനേഷന് എടുത്തവരും ഗർഭിണികളും മുലയൂട്ടുന്ന അമ്മമാരും ഗർഭച്ഛിദ്രം നടന്ന് ആറുമാസം ആകാത്തവരും ആർത്തവ സമയത്തും രക്തദാനം ചെയ്യരുത്.

ആർത്തവത്തിന് മൂന്ന് ദിവസം മുമ്പും ശേഷവും രക്തദാനം ചെയ്യാം.

കിഡ്നി, കരൾ, ആസ്ത്മാ രോഗികൾ, പലരുമായി ലൈംഗിക ബന്ധം പുലർത്തുന്നവർ, എയിഡ്സ് രോഗികൾ ലഹരിവസ്തുക്കൾക്ക് അടിമയായവർ എന്നിവരൊന്നും രക്തം ദാനം ചെയ്യരുത്.

ക്ഷയരോഗികൾ, പനിയോ ശാരീരകാസ്വാസ്ഥ്യമോ ഉള്ളവർ. പല്ലെടുത്തതിനുശേഷം രണ്ടാഴ്ച ആകാത്തവർ, ശരീരത്തിൽ പച്ച കുത്തിയതിനുശേഷം ആറുമാസം ആകാത്തവർ എന്നിവർക്കും രക്തദാനം നിഷിദ്ധമാണ്.

രക്തദാനത്തിന് മുമ്പ്

ഒഴിഞ്ഞ വയറോടെയോ കൊഴുപ്പ് കൂടുതലുള്ള ഭക്ഷണം കഴിച്ചതിനു ശേഷമോ രക്തദാനം നടത്തരുത്.

രക്തദാനത്തിനു മൂന്നുമണിക്കൂർ മുമ്പ് നല്ല ഭക്ഷണം കഴിക്കണം

രക്തദാനത്തിനു മുമ്പ് 48 മണിക്കൂറിനുള്ളിൽ മദ്യവും 24 മണിക്കൂറിനുള്ളിൽ പുകവലിയും അരുത്.

രക്തദാനസമയത്ത് ശരീരോഷ്മാവും രക്ത സമ്മർദ്ദവും സാധാരണനിലയിൽ ആയിരിക്കണം.'

രക്തദാനസമയത്ത് അസുഖങ്ങളുണ്ടാവരുത്. രക്തം ദാനത്തിന് മുമ്പ് നന്നായി ഉറങ്ങിയതിനുശേഷമേ രക്തം നൽകാവൂ.

രക്തം ഒരാളുടെ ശരീരത്തിൽ നിന്നുമെടുക്കുമ്പോൾ എല്ലാ പരിശോധനകൾക്കും വിധേയമാക്കേണ്ടതുണ്ട്. അണുവിമുക്തമാണ് എന്നുറപ്പ് വരുത്തിയതിനു ശേഷം മാത്രമേ രക്തം എടുക്കുകയുള്ളൂ.

എത്രമാത്രം രക്തമാണ് ശേഖരിക്കുന്നത്?

ശരീരത്തിലുള്ള 5.5-6 ലിറ്റർ രക്തത്തിൽ നിന്ന് ദാതാവിന്റെ ശാരീരികമായ അവസ്ഥ കണക്കിലെടുത്ത് 350-450 മില്ലിലിറ്റർ രക്തമാണ് ഒരു പ്രാവിശ്യം ശേഖരിക്കുന്നത്. ഇരുപത്തിനാല് മണിക്കൂറിനകം ദാനം ചെയ്ത രക്തം ശരീരം വീണ്ടും ഉല്പാദിപ്പിക്കും.

രക്തദാനത്തിനുശേഷം 56-60 ദിവസത്തിനുള്ളിൽ ഹീമോഗ്ലോബിൻ, രക്താണുക്കൾ(ചുവപ്പ്, വെള്ള) എന്നിവയുടെ അളവും പൂർവ്വാവസ്ഥയിലാകും.

അഞ്ചോ ആറോ മിനിട്ട് ആണ് രക്തശേഖരണത്തിന് വേണ്ടി വരുന്ന സമയം.

രക്തദാനത്തിനുശേഷം

രക്തദാനത്തിനുശേഷം ഉടനെ തന്നെ പഴച്ചാറുകൾ, മധുരമുള്ള ലഘുഭക്ഷണങ്ങൾ എന്നിവയും തുടർന്നുള്ള ദിവസങ്ങളിൽ, പ്രോട്ടിനുകൾ കൂടുതലുള്ള ഭക്ഷണവും കഴിക്കണം.

ധാരാളം ശുദ്ധജലം കുടിക്കണം. രക്തദാനത്തിനുശേഷം ആരോഗ്യ പ്രശ്നങ്ങൾ ഒന്നും തന്നെയുണ്ടാവുന്നില്ല. ഇരുപത്തി നാല് മണിക്കൂർവരെ ശാരീരികമായി കഠിനാധ്വാനങ്ങൾ പാടില്ല എന്നുമാത്രം. ഇരുന്നു ജോലി ചെയ്യുന്നവർക്കും ഓഫീസ് ജോലി കൾ ചെയ്യുന്നവർക്കും ഭയക്കാനൊന്നുംതന്നെയില്ല.

എത്ര പ്രാവശ്യം രക്തദാനം?

മൂന്ന് മാസത്തിൽ ഒരിക്കൽ പുരുഷന്മാർക്കും നാലു മാസത്തിൽ ഒരിക്കൽ സ്ത്രീകൾക്കും രക്തം ദാനം ചെയ്യാം.

രക്തം ശേഖരിക്കാനുള്ള അധികാരം

അംഗീകൃത ബ്ലഡ് ബാങ്ക് ഉള്ള ആശുപത്രികൾക്കു മാത്രമേ രക്തം ശേഖരിക്കാൻ അധികാരമുള്ളൂ.

കേരളത്തിൽ സർക്കാരിന്റെ കീഴിൽ 44 ഉം സ്വകാര്യ മേഖലയിൽ 100ഉം ആയി 144 ആശുപത്രികളിൽ രക്തബാങ്ക് പ്രവർത്തിക്കുന്നുണ്ട് എന്നാണ് അറിയുന്നത്.

രക്തത്തിന് പണം വേണ്ട. പക്ഷേ...

അംഗീകൃത രക്തബാങ്കുകളിൽ രക്തത്തിനു പണം നൽകേണ്ട തില്ല. പക്ഷേ, എച്ച്.ഐ.വി, ഹെപ്പറ്റൈറ്റിസ് ബി.സി. പരിശോധന കൾക്ക് പണച്ചെലവുണ്ട്.

രക്തദാനം രണ്ടു വിധം

1. സന്നദ്ധ രക്തദാനം (വോളണ്ടറി ബ്ലഡ് ഡൊണേഷൻ)
2. റീപ്ലേസ്മെന്റ് രക്തദാനം

എ) സന്നദ്ധരക്തദാനം

പ്രേരണകളൊന്നുമില്ലാതെ രക്തം നല്കുന്ന സംവിധാനമാണ് സന്നദ്ധരക്തദാനം. ഇതാണ് ഏറ്റവും സുരക്ഷിതവും.

ബി) റീപ്ലേസ്മെന്റ് ബ്ലഡ് ഡൊണേഷൻ

അടിയന്തിര സാഹചര്യത്തിൽ രക്തദാനം ചെയ്യുന്ന സംവിധാന മാണ് റിപ്ലേസ്മെന്റ് ബ്ലഡ് ഡൊണേഷൻ. ദാനം ചെയ്യുന്ന രക്തം ഏതു ഗ്രൂപ്പിൽപ്പെട്ടതാണെങ്കിലും നമുക്ക് ആവശ്യമുള്ള രക്തം

ബ്ലഡ്ബാങ്കിൽ നിന്നു ലഭിക്കുന്നു. ആകെ നടക്കുന്ന രക്തദാനത്തിന്റെ 27% മാത്രമേ സന്നദ്ധ രക്തദാനം ഉള്ളൂ.

സന്നദ്ധ രക്തദാനത്തിന്റെ ഗുണങ്ങൾ

സന്നദ്ധ രക്തദാതാവ് ആരോഗ്യവാനാണെങ്കിൽ മാത്രമേ രക്തം ദാനം ചെയ്യുകയുള്ളൂ. അതുമൂലം രക്തത്തിന്റെ ഗുണം മെച്ചപ്പെട്ടതായിരിക്കും.

ആവശ്യമുള്ള സമയത്ത് രക്തബാങ്കുകളിൽ സുരക്ഷിത രക്തം ലഭ്യമാകുന്നു.

അത്യാവശ്യഘട്ടത്തിൽ രക്തം ലഭിക്കുന്നു.

പ്രതിഫലം വാങ്ങി രക്തം കൊടുക്കുന്ന സാഹചര്യം ഇല്ലാതാകുന്നു.

രക്തം വീണ്ടും ഉല്പാദിപ്പിക്കുന്നതിനെക്കുറിച്ച്

ആരോഗ്യമുള്ള പുരുഷന് ശരാശരി 14–15 ഗ്രാമും സ്ത്രീക്ക് 12–13 ഗ്രാം ശതമാനവും ഹീമോഗ്ലോബിൻ ഉണ്ടായിരിക്കും.

രക്തദാനത്തിലൂടെ ഒരു ഗ്രാം മാത്രമാണ് കുറയുന്നത്. ഇത് രണ്ടുമാസം കൊണ്ടു നികത്തിയെടുക്കാം. കൊടുക്കുന്തോറും അളവിലും ഘടനയിലും രക്തത്തിന്റെ ഗുണനിലവാരം വർദ്ധിക്കുന്നു.

രക്തദാതാവിലൂടെ രോഗങ്ങൾ പകരുമോ?

സിഫിലസ്, ഹെപറ്റൈറ്റിസ് ബി ആൻഡ് സി, എച്ച്.ഐ.വി., മലേറിയ എന്നീ രോഗങ്ങൾ പകരും. അതിനാൽ രക്തദാനത്തിന് മുമ്പ് സ്ക്രീനിങ്ങ് ടെസ്റ്റുകൾ നിർബന്ധമാണ്.

തെറ്റിദ്ധാരണകളും നേട്ടങ്ങളും

ജോലി ചെയ്ത് ജീവിക്കുന്നവരിൽ നിന്നും സ്ത്രീകളിൽ നിന്നും രക്തം എടുക്കരുത്. രക്തദാനം ചെയ്താൽ ശരീരം ക്ഷീണിക്കും. ആയുസ്സ് കുറയും എന്നുള്ളതെല്ലാം തികച്ചും തെറ്റായ ധാരണകളാണ്.

കൃത്യമായ രീതിയിൽ രക്തദാനം ശീലമാക്കിയാൽ ആരോഗ്യകരമായ ജീവിതശൈലി വളർത്തിയെടുക്കാം. രക്തദാനത്തിലൂടെ മജ്ജയെ ഉത്തേജിപ്പിക്കാനും കഴിയും.

രക്തദാതാക്കളിൽ ഹൃദ്രോഗം കുറയുന്നതായും അവരുടെ ആയുസ്സും ആരോഗ്യവും വർധിക്കുന്നതായും പഠനങ്ങൾ സൂചിപ്പിക്കുന്നു.

ഉപസംഹാരം:

ഹൃദയത്തിൽ നന്മയും കരുണയും ഉള്ള അവസാന മനുഷ്യൻ ജീവിക്കുന്നത് വരെ രക്തദാനം എന്ന സ്നേഹത്തിന്റെ ഗംഗയാർ ഒഴികിക്കൊണ്ടേയിരിക്കും.